மீதிச் சரித்திரம்

பாதல் சர்க்கார்

வங்காளத்திலிருந்து தமிழில்
டாக்டர் ஆர். பானுமதி

க்ரியா

Meethi Sarithiram *Tamil translation of a play in Bengali by Badal Sircar. Translated directly from Bengali by Dr. R. Bhanumathi.*

© *R. Bhanumathi.*

First Edition: September 1991

Reprint: March 2023

Published by:
Cre-A:
New No. 2, Old No. 25, 17th East Street,
Kamarajar Nagar, Thiruvanmiyur,
Chennai - 600 041.
Phone: 72999 05950
Email: crea@crea.in
Website: www.crea.in

Printed at:
Sudarsan Graphics Pvt. Ltd.,
Chennai - 600 041.

ISBN: 978-81-85602-56-1

Price: Rs.195

முன்னுரை

வங்க மேடை நாடகத்தில் பல பரிசோதனைகள் செய்து புதுமைகளை அறிமுகப்படுத்தி நாடகத் துறையில் ஒரு திருப்புமுனையாக விளங்குபவர் பாதல் சர்க்கார். நாடகத் துறையில் இவருடைய புதிய முயற்சிகள் இத் துறையில் ஈடுபட்டுள்ளவர்களின் கவனத்தை இவர்பால் ஈர்த்துள்ளன.

இவர் நாடகத்திற்காகச் சில தொழிற்பட்டறைகள் நடத்தியுள்ளார். அப்பட்டறைகளில் தாம் கற்றறிந்த வற்றை அடிப்படையாகக் கொண்டு 'The Third Theatre' என்னும் நூலை எழுதியுள்ளார். இந்நூலில் மேடை நாடகத்தில் தாம் செய்த பரிசோதனைகளையும் தாம் அறிமுகப்படுத்திய புதுமைகளையும் பற்றிக் கூறியுள்ளார்.

நமது நாட்டில் இரண்டு வகை நாடகங்கள் வழக்கில் இருக்கின்றன. ஒன்று, நமது நாட்டிற்கே உரிய கிராமிய நாடகங்கள்; இரண்டு, நகர்ப்புறங்களில் நடிக்கப்படும் மேற்கத்திய பாதிப்புடைய நாடகங்கள். இவ்விரண்டு வகை நாடகங்களிலும் குறைகளும் நிறைகளும் உள்ளன. இவ்விரண்டு வகை நாடகங்களையும் ஆராய்ந்து இவ் விரண்டிலும் உள்ள குறைநிறைகளையும் அவற்றின் காரணங்களையும் கண்டறிய வேண்டும். இவ்விரண்டு நாடக வகைகளிலிருந்தும் நல்லவற்றை எடுத்துக்கொண்டு தேவையான மாற்றங்களைச் செய்து மூன்றாம் வகை நாடகங்களை உருவாக்க வேண்டும் என்பது இவருடைய அவா.

நடிகர்களையும் பார்வையாளர்களையும் பிரித்து வைக்கும் வழக்கத்தை முதன்முதலில் மாற்றியவர் இவர். நடிப்போருக்கும் பார்வையாளருக்குமிடையே இருக்கும் இடைவெளி குறைய வேண்டும், பார்வையாளர்களையும் நாடகத்தில் ஈடுபடுத்த வேண்டும் என்கிறார் இவர். பார்வையாளர் கீழே உட்கார்ந்திருக்க, நடிப்போர் மேடையில் மட்டும் நடிப்பதும் மேடையில் மட்டும் விளக்கு இருக்க, கீழே விளக்கு இல்லாமல் இருப்பதும் நடிகர்களையும் பார்வையாளர்களையும் பிரிக்கின்றன என்பது இவர் கருத்து. தமது ஐந்தாவது நாடகமான 'சகீனா மகாத்தோ'வை மேடையேற்றும்போது முதன் முறையாக நடிகர்களையும் பார்வையாளர்களையும் சேர்த்துவைக்கும் புதிய முயற்சியை நடைமுறையில் செய்துபார்த்தார். ஒவ்வொரு நாடகத்திலும் நாடகத்திற் கேற்ப 'T' வடிவம் 'U' வடிவம் முதலிய வடிவங்களில் பார்வையாளர்களின் இருக்கையை மாற்றி அமைக்கிறார் இவர். நாடகப் பாத்திரங்கள் தங்களுக்குள் பேசிக்கொள் வதைவிடப் பார்வையாளர்களைப் பார்த்துப் பேசுவதும் சொல்ல வேண்டிய கருத்தை வசனத்தில் கூறுவதைவிடச் செயலில் காட்டுவதும் சிறந்தவை என்று கருதிய இவர் அவற்றை முதன்முதலாகத் தமது 'Spartacus' நாடகத்தில் அறிமுகப்படுத்தினார். இவருடைய 'ப்ரஸ்தாப்' (Proposition) என்னும் நாடகத்தில் ஒரு பாத்திரம் பார்வை யாளர்களைப் பார்த்து சுமார் 50 நிமிடங்களுக்குப் பேசு வதுதான் நாடக வசனம். இந்நாடகத்தில் நடிகர்களுக் கிடையே உரையாடல் இல்லை. தமது 'முத்த மேலா' (Open Fair) 'மிச்சில்' (The Procession) முதலிய ஒவ்வொரு நாடகத்திலும் புதுப்புது பரிசோதனைகள் செய்துள்ளார் இவர்.

தமது புதிய முயற்சிகளை நடைமுறையில் பரிசோதனை செய்வதற்காகத் தாமே 'சதாப்தி' என்னும் நாடகக் குழுவை 1967ஆம் ஆண்டு உருவாக்கினார். ஏறத்தாழ இச்சமயத்தில் இவருடைய 'Workshop for a Theatre of Synthesis as a Rural - Urban Link' என்னும் திட்டத்திற்கு ஜவஹர்லால் நேரு நினைவு நிதியிலிருந்து 'ஜவஹர்லால் நேரு உதவிப் பணம்' கிடைத்தது.

இவர் இங்கிலாந்து, பிரான்ஸ், ரஷ்யா, போலந்த், நைஜிரியா, செக்கோஸ்லோவாகியா, யு.எஸ்.ஏ., கனடா முதலிய பல நாடுகளுக்குச் சென்று அங்கு நடைபெறும் பிரபல நாடகங்களைப் பார்த்தும் பிரபல நாடக வல்லுநர் களைக் கண்டு பேசியும் அந்நாடுகளில் நாடகத் துறையில் கையாளப்படும் புதிய உத்திகளைக் கண்டறிந்தும் வந்துள் ளார்.

இவருடைய 'எபங் இந்திரஜித்'* (இந்திரஜித்தனும்) என்பது மிகவும் புகழ்பெற்ற நாடகம். இந்நாடகம் பல இந்திய மொழிகளில் மொழிபெயர்க்கப்பட்டுள்ளது; பல முறை மேடையேற்றப்பட்டுள்ளது.

நமது நாட்டில் மூன்றாம் நாடக வகை மெல்லமெல்ல வேரூன்றிவருவதாகக் கூறுகிறார் பாதல் சர்க்கார். இவ ருடைய சிறந்த நாடகங்களுள் ஒன்றாகக் கருதப்படும் 'மீதிச் சரித்திரம்' (பாக்கி இதிஹாஸ்), 'பஹுரூபி' என்னும் நாடகக் குழுவினரால் ஸ்ரீசம்புமித்திரனின் இயக்கத்தில் 1967ஆம் ஆண்டு முதன்முதலில் நடிக்கப்பட்டது.

டாக்டர் ஆர். பானுமதி

---

* தமிழில் 'பிறகொரு இந்திரஜித்' என்ற தலைப்பில் அன்னம் வெளியீடாக வெளிவந்திருக்கிறது.

முதல் அங்கம்

[பவானிப்பூரில் ஒரு குறுகலான தெருவில் ஒரு பழைய மூன்று மாடிக் கட்டடத்தில், இரண்டாவது மாடியிலுள்ள ஷரதிந்து நாகின் ஃப்ளாட். ஃப்ளாட்டில் இரண்டு அறைகள். இவற்றுள் வரவேற்பறை மற்ற அறையைவிடப் பெரியது. அவ்வறையின் ஒரு பக்கம் வாயிற்கதவு, மற்றொரு பக்கம் படுக்கையறையின் கதவு. இவ்விரு கதவுகளுக்கும் இடையே, அதாவது மேடையின் பின்பக்கம் சமையலறைக்குப் போகும் வழி. சமையலறை வரவேற்பறையின் ஒரு பகுதிதான். வர வேற்பறையின் ஒரு பகுதி ஒரு மரத் தடுப்பினால் சமைய லறையாக உருவெடுத்திருக்கிறது. மறைப்பு இல்லாத இடத்திலிருந்து வரவேற்பறையில் இருப்பவருடன் தொடர்புகொள்ள முடியும், மறைப்பு இல்லாத பகுதியில் ஒரு திரைச்சீலை தொங்கிக்கொண்டிருக்கிறது. அது பெரும்பாலும் ஒதுக்கியே வைக்கப்பட்ருக்கிறது. ஆகவே, சில அலமாரிகள், ஒரு மர மேஜை, டின்கள், பாட்டில்கள், மற்ற சமையலறைச் சாமான்கள் முதலியவற்றை வர வேற்பறையிலிருந்து பார்க்க முடிகிறது. சமையல் செய்யும் இடம் மட்டும் பார்வைக்கு அப்பால் மறைவில் இருக் கிறது.

சமையலறைக்கு வெளியே வரவேற்பறையில் ஒரு சிறிய சாப்பாட்டு மேஜையும் மூன்று நாற்காலிகளும் போடப்பட்டுள்ளன. மேஜைமேல் போடப்பட்டுள்ள ப்ளாஸ்டிக் ஷீட் பளபளவென்றிருக்கிறது. ஆனால், மூன்று நாற்காலிகளும் பழையவை. அவ்வறையில் இரண்டு சாய்வு நாற்காலிகள், ஒரு மேஜை, ஒரு நாற்காலி, ஒரு புத்தக அலமாரி ஆகியவையும் இருக்கின்றன. புத்தகம், பூச்சாடி, மர பொம்மைகள் முதலியவை புத்தக அல மாரியில் இருக்கின்றன.

ஞாயிற்றுக்கிழமை. காலை. ஷரதிந்து நாற்காலியில் சாய்ந்து உட்கார்ந்துகொண்டிருக்கிறான். செய்தித்தாளை முகத்துக்கு நேரே பிடித்துக்கொண்டிருக்கிறான். ஷரதிந்து வுக்கு ஏறத்தாழ முப்பத்தைந்து வயதிருக்கும்.

படுக்கையறையிலிருந்து வசந்தி வருகிறாள். அவள் கையில் எலெக்ட்ரிசிட்டி பில் இருக்கிறது.]

வசந்தி: நேத்து நீங்க எலெக்ட்ரிசிட்டி பில் கட்டலையா?

ஷரதிந்து: (செய்தித்தாளை முகத்திலிருந்து தழைத்து) என்ன சொன்னே? அடாடா! ஒரேயடியா மறந்தே போச்சு வசந்தி, அதை என் சட்டைப் பையிலே வச்சிடேன்.

வசந்தி: சட்டைப்பையிலேதான் இருந்தது. நேத்திக்கு ஆபீஸ் போகும்போதுகூட ஞாபகப்படுதினேன்.

ஷரதிந்து: சனிக்கிழமை ரொம்பக் கூட்டமா இருக்கும். எலெக்ட்ரிசிட்டி பில் கட்டறது கஷ்டம். நாளைக்கு ஞாபகமாக் கட்டிடறேன் சரியா?

வசந்தி: நாளைக்குத்தான் கடைசி நாள். நாளைக்கு கட்டலைன்னா ஃபைன் கட்ட வேண்டிவரும்.

ஷரதிந்து: இல்ல, இல்ல, நாளைக்குக் கண்டிப்பாக் கட்டிடறேன். திங்கக்கிழமை அடுத்தடுத்து ரெண்டு பீரியட் எனக்குக் கிடையாது.

[வசந்தி பில்லை எடுத்துக்கொண்டு உள்ளே போகிறாள். ஷரதிந்து எழுந்துபோய் ஒரு கத்தரிக்கோல் எடுத்துக் கொண்டு வருகிறான். செய்தித்தாளிலிருந்து கவனமாக ஒரு பகுதியை வெட்டத் தொடங்குகிறான். வசந்தி வருகிறாள். இம்முறை அவள் கையில் ஒரு காகிதக் கவர் இருக்கிறது.]

வசந்தி: இது என்ன? உங்க பாக்கெட்ல இருந்தது.

ஷரதிந்து: ம்? ஓ, அதுவா? கல்யாணப் பத்திரிகை.

வசந்தி: யார் கல்யாணம்?

ஷரதிந்து: பவதோஷ் பாபுவின் மகள் கல்யாணம். அதான், கெமிஸ்டிரி டிபார்ட்மெண்ட் ஹெட்டா இருக்காரே, பவதோஷ் மித்திர், அவரோட மகள்தான்.

வசந்தி: நீங்க போகப் போறீங்களா?

ஷரதிந்து: நான் போகப் போறதில்ல. ஏதோ மரியாதைக் காகப் பேருக்குப் பத்திரிகை கொடுத்திருக் கார். இல்லாட்டா சயின்ஸ் டிபார்ட்மெண் டோட எனக்கு என்ன சம்பந்தம்?

[வசந்தி போகிறாள். ஷரதிந்து வெட்டும் வேலையை முடித்துக்கொள்கிறான். மடித்துக் கட்டப்பட்ட ஒரு நோட்டுப் புத்தகத்தைக் கொண்டு வருகிறான். அதில் செய்திப் பத்திரி கையிலிருந்து வெட்டப்பட்ட செய்தி நறுக்கு கள் ஒட்டப்பட்டுள்ளன. புதியதாக வெட்டப் பட்ட துண்டுக் காகிதத்தைக் கோந்து போட்டு

ஒட்டிக்கொண்டே மனைவியை அழைக்கிறான்.]

வசந்தி!

வசந்தி: (உள்ளே இருந்தபடியே) என்ன?

ஷரதிந்து: உள்ளே என்ன செஞ்சுக்கிட்டிருக்கே?

வசந்தி: ரூமைக் கிளீன் பண்ணிக்கிட்டிருக்கேன்.

ஷரதிந்து: அதை விட்டுட்டு இங்கே கொஞ்சம் வா.

[வசந்தி வருகிறாள்.]

வசந்தி: என்ன?

ஷரதிந்து: இன்னிக்கு ஞாயிற்றுக்கிழமை.

வசந்தி: (சிரித்து) அதை நீங்க சொல்லித்தான் தெரியணுமா?

ஷரதிந்து: இன்னிக்கு என்ன செய்யப் போறேன்னு சொல்லு?

வசந்தி: நீங்கதான் சொல்லுங்களேன்.

ஷரதிந்து: வெளிலே போகலாமா? டிரெயின்லே போகலாமா?

வசந்தி: எங்கே போகலாம் சொல்லுங்க.

ஷரதிந்து: நீ சொல்ற இடத்துக்குப் போகலாம். டைமண்ட் ஹார்பருக்குப் போகலாமா?

வசந்தி: அத்தனை தூரமா? இன்னிக்குக் கொசுவலை எல்லாத்தையும் தோய்க்கலாம்னு நினைச்சுக்கிட்டிருந்தேன்.

ஷரதிந்து: மத்தியானமா, சாப்பாடு ஆனப்பறம் பக்கத்திலே எங்கேயாவது சுத்திக்கிட்டு வரலாம். பொட்டானிக்கல் கார்டன்ஸ் போகலாமா?

வசந்தி: போகலாம். ரொம்ப நாளா அங்கே போகவேயில்லை.

ஷரதிந்து: பஸ் கூட்டத்தை நினைச்சா போகவே தோணலை.

வசந்தி: எனக்கும் அப்படித்தான் தோணுது. பஸ்லே அங்கே போய் சேர்றத்துக்குள்ளே உயிர் போயிடுது.

ஷரதிந்து: அப்ப வேற எங்கே போகலாம், சொல்லு.

வசந்தி: மணிபாபுவோட வீட்டுக்கு ஒரு தடவை போயிட்டு வரணும். அவங்க நம்ம வீட்டுக்கு ரெண்டு தடவை வந்துட்டாங்க.

ஷரதிந்து: மணிபாபுவின் வீட்டுக்கா? இன்னிக்கே போகணுமா?

வசந்தி: போயிட்டு வந்தா தேவலாம்.

ஷரதிந்து: அங்கே சாயங்காலமாப் போகலாம். மத்தி யானம் என்ன செய்யலாம்?

வசந்தி: நீங்க உங்க எழுத்து வேலையை முடிக்க வேண் டாமா? நாளைக்குக் கொடுத்தாகணும்னு சொன்னீங்களே?

ஷரதிந்து: அடடா! மறந்தே போயிட்டேன். அது ஒரு வேலை இருக்கு. பெரிய தலைவலி. காலேஜ் மாகஸின்லே வருஷத்துக்கு மூணு ஆர்ட்டி கிளாவது எழுதித் தொலைக்கணும்.

வசந்தி: பெங்காலி புரொபசரானா இப்படித்தான்.

ஷரதிந்து: நான் இன்னும் புரொபசராகலையே. புரொ பசரானா அது வேற இருக்கு.

வசந்தி: காலேஜ்லே சொல்லிக்கொடுத்தாலே புரொ பசர்னுதான் சொல்லுவாங்க.

ஷரதிந்து: புரொபசரானா இன்னும் பெரிய தலைவலி. புரொபசர்னு பேருதான், லெக்சாரோட

சம்பளம்தான் கொடுப்பாங்க. அதுக்கு மேலே வருஷத்துக்கு மூணு ஆர்ட்டிக்கிள்ஸ் எழுதணும்.

வசந்தி: எழுதணும்னா ஏன்தான் மூக்கால அழுறீங்களோ தெரியலை.

ஷரதிந்து: சட்! முன்னெல்லாம் எழுத எனக்கு ரொம்ப பிடிக்கும். இப்பத்தான்...

வசந்தி: நேத்து ராத்திரி எத்தனை பக்கம் எழுதினீங்க?

ஷரதிந்து: நேத்திக்குத்தான் பிள்ளையார் சுழி போட்டு வச்சிருக்கேன்.

வசந்தி: இப்ப என்ன எழுதிக்கிட்டிருக்கீங்க?

ஷரதிந்து: அதான் உங்கிட்டச் சொன்னேனே, 'நாட்டியக் கலையில் நவீனத்துவம்'. உன்னோட விஷயம் என்ன!

வசந்தி: என்னது என்னோட விஷயம்?

ஷரதிந்து: நல்லநல்ல கதை எழுதறே. பணம் சம்பாதிக்கறே.

வசந்தி: ஆமா. பெரிய சம்பாத்தியம்! இதுவரைக்கும் ரெண்டு கதைக்குத்தான் பணம்னு கண்ணாலே கண்டிருக்கேன். அதுவும் கேவலம் முப்பது ரூபா!

ஷரதிந்து: அட, இப்ப ரெண்டு கதையானா என்ன? ரெண்டு கதையோட நிறுத்திக்கப் போறயா? உனக்கு வழி திறந்திடுச்சில்ல?

வசந்தி: மண்ணாங்கட்டி. வழி திறந்திடுச்சாம். போன மாசம் முழுக்க ஒரு கதைகூட எழுத முடியலை.

ஷரதிந்து: இனிமே எழுத முடியும் பாரேன்.

வசந்தி: ஆமா, எழுதிக் கிழிக்கப்போறேன்! கதைக்குப் ப்ளாட் கிடைக்கவே மாட்டேங்குது.

ஷரதிந்து: வேடிக்கைதான். ப்ளாட் கிடைக்கலையா? இந்த உலகம் முழுக்கவும் கதைக்கான ப்ளாட்தானே நிறைஞ்சு கிடக்கு! வாழ்க்கையே கதைக்கான ப்ளாட் தானே!

வசந்தி: பெரியபெரிய பேச்செல்லாம் கொஞ்சம் நிறுத்திட்டு ஈஸியா, சிம்பிளா ஒரு ப்ளாட் சொல்லுங்களேன்.

ஷரதிந்து: ஈஸியா, சிம்பிளான்னா என்ன அர்த்தம்?

வசந்தி: அப்படின்னா நிகழ்ச்சி, நடந்த நிகழ்ச்சி.

[கதவைத் தட்டும் ஓசை கேட்கிறது.]

ஷரதிந்து: வாசுதேவன் வந்திருக்கான் போலேருக்கு.

[ஷரதிந்து கதவைத் திறக்கிறான். வாசுதேவன் உள்ளே நுழைகிறான். வாசுதேவன் ஷரதிந்துவைவிட வயதில் இளையவன்.]

வாசுதேவன்: குட்மார்னிங் ஷரதிந்து அண்ணா. ஹாப்பி சண்டே. குட்மார்னிங் அண்ணி. டீ எங்கே?

வசந்தி: (சிரித்துக்கொண்டே) முதல்லே நீங்க உக்காருங்க சொல்றேன்.

வாசுதேவன்: (தப்பென்று உட்கார்ந்து) இதோ உக்காந்திட்டன். இப்ப டீ கொண்டாங்க.

வசந்தி: ரொம்ப நல்லாயிருக்கு, டீ என்ன ஆகாசத்துலேர்ந்து குதிக்குமா? டீ போட வேண்டாமா?

வாசுதேவன்: இதோ பாருங்க, எத்தனையோ தடவை உங்ககிட்டே சொல்லியிருக்கிறேன், ஒவ்வொரு ஞாயிற்றுக்கிழமையும காலைலேயே பக்கெட் நிறைய டீ போட்டு வச்சிடுங்கன்னு. நான் சொல்றதை நீங்க கேட்கவே மாட்டீங்களா?

வசந்தி: டீ போட்டு வச்சா ஆறிப் போயிடாதா?

வாசுதேவன்: அதுவும் சரிதான், பக்கெட் சைஸிலே ஒரு தர்மாஸ் ஃப்ளாஸ்க் வாங்கி உங்களுக்குப் ப்ரசண்ட் பண்ணணும். உங்க மாரேஜ் ஆனிவர்சரி எப்ப வருது சொல்லுங்க.

ஷரதிந்து: மாரேஜ் ஆனிவர்சரியா? அதெல்லாம் யாருக்கு இங்கே நினைவிருக்கு?

வசந்தி: உங்களைப் போல புதுசாக் கல்யாணம் செஞ்சுக்கிட்டவங்களா நாங்க?

[வசந்தி சமையலறைக்குப் போகிறாள்.]

வாசுதேவன்: புதுசா கல்யாணம் செஞ்சுக்கிட்டவங்களா? நாங்களா? வேடிக்கைதான். எங்களுக்குக் கல்யாணம் ஆகி நாலு வருஷம் ஓடிப் போயிடுச்சு.

ஷரதிந்து: நாலு வருஷமா? எங்களுக்குப் பதினோரு வருஷம் ஆயிடுச்சு.

வாசுதேவன்: நாலுக்கும் பதினொண்ணுக்கும் எத்தனை வித்தியாசம்?

ஷரதிந்து: *(சிரித்துக்கொண்டே)* அதிகம் இல்ல. ஏழு வருஷம்.

வாசுதேவன்: *(பத்திரிகையில் வெட்டப்பட்டுள்ள பகுதி யைப் பார்த்து)* இதென்ன எடிட்டோரி யலை வெட்டிட்டீங்களா?

ஷரதிந்து: ஓ, ஸாரி. *(நோட்டுப் புத்தகத்தைக் கொண்டு வந்து)* இங்கே ஒட்டி வச்சிருக்கேன் படிக் கிறயா?

வாசுதேவன்: *(பத்திரிகையைப் போட்டுவிட்டு)* வேண் டாம், வேண்டாம். எடிட்டோரியல் சரியான அறுவை.

ஷரதிந்து: உன் மகன் எப்படி இருக்கான்?

வாசுதேவன்: அவனுக்கு உடம்பு சரியில்லை. ஜல தோஷம், இருமல், ஜுரம். உங்க பாடு தேவலாம். இந்தத் தலைவலியெல்லாம் உங்களுக்குக் கிடையாது.

ஷரதிந்து: தலைவலியா? உனக்கா, உன் பொண் டாட்டிக்கா?

வாசுதேவன்: நீங்க அப்படி நினைக்கிறீங்க. குழந்தைக்கு டெம்பரேச்சர் ஏறினா என் வீட்டுக்காரி யோட டெம்பரேச்சர் ஏறுது, என் வீட்டுக் காரியோட டெம்பரேச்சர் ஏறினா என் னோட...

[கழுத்தின் குறுக்கே ஆள்காட்டி விரலை வைத்து அறுப்பதுபோல் ஜாடை காட்டு கிறான். வசந்தி வருகிறாள்.]

டீ போட்டாச்சா?

வசந்தி: இப்பத்தான் தண்ணி கொதிக்கிறது.

வாசுதேவன்: சரியாப் போச்சு. கால்லே கஞ்சியை விட்டு கிட்டு வந்திருக்கேன். தலைக்கு மேலே வேலை கிடக்கு. இப்பவே இந்த இடத்தை விட்டு நகரணும்.

வசந்தி: ஞாயிற்றுக்கிழமை காலையிலகூட உங்க ளுக்குத் தலைபோற காரியம் என்னவாம்?

வாசுதேவன்: ஞாயிற்றுக்கிழமை! குடும்பஸ்தனுக்கு ஞாயிற்றுக்கிழமை என்ன? இன்னொரு நாள் என்ன? எல்லா ஒண்ணுதான்.

வசந்தி: பெரிய குடும்பஸ்தன்தான் போங்க. நாங்க மட்டும் குடும்பம் நடத்தலையா என்ன?

வாசுதேவன்: பெரிய குடும்பந்தான் போங்க! வீட்டுக் காரர் காலேஜ்லே வைஷ்ணவ இலக்கியம் சொல்லித்தரார். வீட்டிலே பொண்டாட் டிக்குச் சொல்லித்தரார். நீங்க நடத்தற குடும்பம் இதுதான்.

ஷரதிந்து: நீயும் வீட்டிலே பொண்டாட்டிக்கு பிலாசபி சொல்லித்தாயேன். யாரு வேண்டாங் கறாங்க?

வாசுதேவன்: என் பொண்டாட்டிக்கு பிலாசபியும் லாஜிக்குமா?

வசந்தி: உங்களுக்கு என்ன ஆச்சு ஷரதிந்து அண்ணா? பெண்களுக்கு லாஜிக் புரி யாதுங்கறீங்க, அப்படித்தானே?

வாசுதேவன்: பெண்களுக்குப் புரியாதுன்னு யார் சொன்னாங்க? நான் என் பொண்டாட் டியைப் பத்தித்தான் சொன்னேன்.

வசந்தி: உங்க பொண்டாட்டி பொண்ணு இல் லையா?

வாசுதேவன்: கேட்டுக்கங்க ஷரதிந்து அண்ணா, கேட்டுக் கங்க. பெண்களுக்கு லாஜிக் புரியாதுன்னு சொல்லாதீங்க.

ஷரதிந்து: நான் சொன்னேனா, நீ சொன்னாயா?

வாசுதேவன்: சரி, அது போகட்டும். டீ குடிக்கறத்துக்கு முன்னாலே இந்த வேண்டாத பேச்செல் லாம் எதுக்கு? ஒரு விஷயம்...

ஷரதிந்து: என்ன?

வாசுதேவன்: இன்னிக்கு பவதோஷ் மித்திரின் மகள் கல் யாணத்துக்குப் போகப் போறீங்களா?

ஷரதிந்து:	போகப் போறதில்லை.
	[வசந்தி சமையலறைக்குப் போகிறாள்.]
வாசுதேவன்:	நீங்க எப்படிப் போவீங்க? போனா எனக்குச் சௌகரியமாயிடுமில்ல?
ஷரதிந்து:	என்ன சௌகரியம்?
வாசுதேவன்:	எனக்கு ஒரு துணை கிடைக்குமே.
ஷரதிந்து:	துணை நிறைய கிடைக்கும். காலேஜ்லே எல்லாருக்கும் தானே இன்விடேஷன் கொடுத்திருக்கார்?
வாசுதேவன்:	ஆர்ட்ஸ் டிபார்ட்மெண்ட்லேர்ந்து நிறைய பேர் போக மாட்டாங்க.
ஷரதிந்து:	பின்னே நீ ஏன் போறே?
வாசுதேவன்:	பவதோஷ் மித்திர் என் உறவுக்காரர். போகாட்டா நல்லா இருக்காது. அது மட்டு மில்ல. பிரின்சிபல் போகப் போறார். சான்ஸ் கிடைச்சா அவருக்குக் கொஞ்சம் சோப்புப் போடலாம். அதை யோசனை செஞ்சு பாத்தீங்களா?
ஷரதிந்து:	(சிரித்துக்கொண்டே) அவருக்கு சோப்பு போட்டு எனக்கு ஆக வேண்டியது ஒண்ணு மில்லே. பதிமூணு வருஷமா லெக்சரரா இருக்கேன். இன்னும் பதிமூணு வருஷம் இருப்பேன்.
வாசுதேவன்:	சமாசாரம் காதில் விழுந்ததா?
ஷரதிந்து:	என்ன சமாசாரம்?
வாசுதேவன்:	ஹரே கிருஷ்ணபாபு காலேஜைவிட்டுப் போறாராமே?
ஷரதிந்து:	எங்கே போகப் போறார்?

வாசுதேவன்: அவருக்கு நல்ல வேலை கிடைச்சிடுச்சாமே?

ஷரதிந்து: ஆமா, இந்த மாதிரி எத்தனையோ தடவை கேட்டாச்சு.

வாசுதேவன்: இந்தத் தடவை அந்த மாதிரி இல்ல. நிச்சயமாப் போயிடப் போறாராம். அவர் போனா நீங்க அஸிஸ்டெண்ட் புரொபசராயிடுவீங்க.

ஷரதிந்து: இப்ப இருக்கற வேலையைவிட நல்ல வேலை ஹரே கிருஷ்ணனுக்குக் கிடைக்காது. இந்த மாதிரி வதந்தியெல்லாம் நம்பாதே.

வாசுதேவன்: ஆல்ரைட், ஆல்ரைட். உங்களுக்கு விஷயம் நல்லாத் தெரியும். அஸிஸ்டெண்ட் புரொபசரானா சாப்பாட்டுக்கு என்னை மறந்துடாதீங்க, சொல்லிட்டேன். அண்ணி! டீ ஆயிடுச்சா? எனக்கு இப்ப ஓடியாகணும்.

வசந்தி: (சமையலறையிலிருந்து) இதோ வர்றேன். டீ ஆயிடுச்சு.

ஷரதிந்து: இப்ப உனக்குத் தலைபோற அவசரம் என்ன?

வாசுதேவன்: நான் மார்க்கெட்டுக்குப் போகணும்.

[டீ எடுத்துக்கொண்டு வசந்தி வருகிறாள்.]

ஷரதிந்து: மார்க்கெட்டுக்கா? பை எங்கே? வாசுதேவன் பாக்கெட்டிலிருந்து நைலான் வலைப் பையை எடுக்கிறான்.

வாசுதேவன்: இதோ பை இருக்கு பாருங்க.

வசந்தி: எங்கே காட்டுங்க பாக்கலாம். பை நல்லா இருக்கே எங்கே வாங்கினீங்க?

வாசுதேவன்: வேடிக்கையா இருக்கே. நீங்க இந்த மாதிரிப் பையைப் பாத்ததில்லை? நியூ மார்க்கெட்லே, எஸ்ப்ளனேட் நடை பாதையிலே, எங்கே பாத்தாலும் கொட்டிக் கிடக்கே.

வசந்தி: என்ன விலை?

வாசுதேவன்: சரியா நினைவில்லை. ஒண்ணே கால் ரூபாய்னு நினைவு.

வசந்தி: என்னங்க, நீங்க நாளைக்கு எஸ்ப்ளனேட் போறீங்க இல்ல, இந்த மாதிரி ஒரு பை வாங்கிட்டு வாங்களேன்.

ஷரதிந்து: நாளைக்கு நான் எங்கே எஸ்ப்ளனேட் போறேன்?

வசந்தி: எலெக்ட்ரிசிட்டி பில் கட்டப் போக வேண்டாமா?

ஷரதிந்து: ஓ, மறந்தே போயிட்டேன். பாக்கறேன்.

வசந்தி: மண்ணாங்கட்டி! உங்க ஞாபகத்திலே ஏதாவது இருந்தாத்தானே?

வாசுதேவன்: அண்ணி, நான் உங்களுக்கு வாங்கித் தர்றேன்.

வசந்தி: கண்டிப்பா வாங்கித் தருவீங்களா? அப்ப பணம் தரட்டுமா?

வாசுதேவன்: பணம் வேண்டாம். உங்க மாரேஜ் ஆனி வர்சரி எப்ப சொல்லுங்க. ப்ரசண்ட் பண் ணிடறேன்.

வசந்தி: மாரேஜ் ஆனிவர்சரிவரைக்கும் உங்க ப்ரசண்ட்டுக்காக நான் காத்திருக்கணுமா?

வாசுதேவன்: மாரேஜ் ஆனிவர்சரிக்கு இன்னும் எத்தனை நாள் பாக்கி? ஒரு வருஷத்துக்கு அதிகமா

இருக்காதில்லை? ஷரதிந்து அண்ணா ஒரு வருஷத்துக்குள்ள இந்தப் பையை வாங்கித் தரப் போறாரா என்ன?

ஷரதிந்து: (சிரித்துக்கொண்டே) நீ இந்த வாசுதேவனை வச்சிக்கிட்டு ஒரு கதை எழுத முடியாதா?

வாசுதேவன்: அடடா! மறந்தே போயிட்டேன். கங்கிரா ஜுலேஷன்ஸ் அண்ணி. உங்க கதை ரொம்பவே நல்லா இருந்தது. எங்க வீட்டிலே எல்லோருக்குமே ரொம்பப் பிடிச்சுப் போச்சு.

வசந்தி: உங்க வீட்டிலேன்னா? யார் யாருக்கு?

வாசுதேவன்: அம்மா, என் பொண்டாட்டி, மகன் எல்லாருக்குந்தான்.

வசந்தி: மகனுக்குக்கூடவா?

வாசுதேவன்: என் மகன் உங்க கதையை அப்படியே முழுங்கறத்துக்குப் பாத்தான். என் பொண்டாட்டி பாத்துட்டுப் பிடுங்கி வச்சா. அதனாலே அவன் எட்டுக் கட்டை சுருதியிலே ஒரு மணி நேரம் கத்திக்கிட்டிருந்தான். அவனுக்கு உங்க கதை எவ்வளவு பிடிச்சுப் போச்சுன்னு இதிலேர்ந்து தெரியலையா?

வசந்தி: (சிரித்துக்கொண்டே) உண்மைதான்.

வாசுதேவன்: மறுபடியும் உங்க கதை எப்ப வெளிவரும்? அடுத்த மாசமா?

வசந்தி: இனிமே என் கதை வராது.

வாசுதேவன்: அப்படின்னா?

வசந்தி: கதை எழுத ப்ளாட் வேண்டாமா? ப்ளாட் கிடைக்க மாட்டேங்குதே?

வாசுதேவன்: வேடிக்கைதான் போங்க! இத்தனை பெரிய உலகத்தில் உங்களுக்குப் ப்ளாட் கிடைக்கலையா?

ஷரதிந்து: நீ வரத்துக்கு முன்னாலே இதைத்தான் நான் சொல்லிக்கிட்டிருந்தேன்.

வசந்தி: எல்லாருக்கும் இந்த மாதிரி வாய்கிழியப் பேச முடியும். ஆனா, நல்லதா ஒரு ப்ளாட் தர்றதுக்குத்தான் துப்பு இல்ல.

வாசுதேவன்: அது போகட்டும் அண்ணி, உங்களுக்கு எந்த மாதிரி ப்ளாட் வேணும்? சொல்லுங்க.

வசந்தி: எனக்கு விஷயம் வேணும். கன்னாபின் னான்னு நாலு வரி கிறுக்கிக் கதைன்னு பேர் வைக்க மாட்டேன்.

ஷரதிந்து: விஷயம் கிடைக்கிறது ரொம்ப சுலபம். தினம் நம்மைச் சுத்தி எத்தனையோ விஷயம் நடக்குதே.

வசந்தி: எந்த மாதிரி?

ஷரதிந்து: எதை வேணும்னாலும் எடுத்துக்கயேன்.

வசந்தி: இந்த மாதிரி மொட்டையாச் சொன்னாப் புரியாது. குறிப்பிட்டுச் சொல்லுங்க.

வாசுதேவன்: வச்சுக்கோங்களேன், ஒருத்தரோட பொண் டாட்டிக்கு மூட் அவுட் ஆயிடிச்சு.

ஷரதிந்து: சட்! இதெல்லாம் ஒரு விஷயமா?

வாசுதேவன்: இதைவிட நல்ல விஷயம் என் மனசில் இல்ல. அப்ப நான் வர்றேன்.

ஷரதிந்து: அட, நீ உக்காரு சொல்றேன்.

வசந்தி: என்ன கிளம்பிட்டீங்க? உக்காருங்க.

வாசுதேவன்: இப்ப நான் போகாட்டா வீடு ரெண்டு படும். வீட்டிலே அவ அரிவாளை வச்சிக் கிட்டுக் காத்துக்கிட்டுருப்பா.

வசந்தி: எனக்கு ஒரு ப்ளாட் தராம கிளம்புறீங்க இல்ல?

வாசுதேவன்: ஷரதிந்து அண்ணா தருவார். இந்தாங்க இதிலே நிறைய விஷயம் கிடைக்கும்.

[செய்தித்தாளை ஷரதிந்துவின் கையில் திணித்துவிட்டு வாசுதேவன் போகிறான். வசந்தி வாயிற்கதவைத் தாழ்ப்பாள் போட்டு விட்டுத் திரும்புகிறாள்.]

வசந்தி: ஒரு ப்ளாட்கூடச் சொல்ல முடியலையா?

ஷரதிந்து: ஏன் சொல்ல முடியாது? வாசுதேவன் சொன்னதையே எடுத்துக்கோயேன். ஒருத்த ரோட பொண்டாட்டிக்கு மூடு அவுட் ஆயிடிச்சுன்னு வச்சுக்கோயேன்.

வசந்தி: இந்த மாதிரி விஷயத்தாலே பத்திரிகை ஆசிரியரோட மனசு குளிராது.

ஷரதிந்து: இந்த விஷயம் சின்னதா இருக்கலாம். ஆனா, யோசனை பண்ணிப் பாரு. ஒரு சின்ன விஷயத்துலேர்ந்து பெரியபெரிய விஷயமெல்லாம் வரலாம் ஏன் நடந்தது, எப்படி நடந்ததுன்னு துருவிப் பார்த்தால், அடியிலே ஒரு சாதாரண நிகழ்ச்சி இருக்கும். இதுவே ஒரு கதை ஆகலாமே!

வசந்தி: ரொம்ப நல்லாயிருக்கு! ஒரு பெரிய விஷயத்துக்கு அடிப்படையா ஒருத்தரோட மனைவிக்கு மூட் அவுட் ஆகணுமா?

ஷரதிந்து: இதைத்தான் எடுத்துக்கணும்னு நான் சொல்லலையே. இதைவிட நல்ல நிகழ்ச்சி இல்லையா?

வசந்தி:	நீங்கதான் யோசனை பண்ணிச் சொல்லுங்களேன்.

[வசந்தி டீ பாத்திரங்களை எடுத்துக் கொண்டு சமையலறைக்குப் போகிறாள்.]

ஷரதிந்து:	நியூஸ் பேப்பர்லே பாரேன் ஏதாவது கிடைக்குதான்னு. [முணுமுணுவென்று] யூ.என்.ஓ. செக்யூரிட்டி கவுன்சில் - காங்கோ

[வசந்தி பாத்திரங்களை வைத்துவிட்டு வருகிறாள்.]

பாகிஸ்தான் எல்லை - சட்டசபையில் முதல் மந்திரி.

வசந்தி:	இந்த மந்திரிதந்திரி விஷயமெல்லாம் வேண்டாம்.
ஷரதிந்து:	சரி, மந்திரி வேண்டாம்.
வசந்தி:	வேற என்ன? ஜப்பானில் பூகம்பம், மோகன் பாகானின் வெற்றி, சணல் மார்க்கெட் இதெல்லாம்தானே?
ஷரதிந்து:	அடி சக்கை! இதோ, ஒரு தற்கொலை நியூஸ்!
வசந்தி:	ப்ளீஸ், தற்கொலையெல்லாம் வேண்டாம். இப்போவெல்லாம் இந்த மாதிரி தற்கொலை நியூஸையெல்லாம் பத்திரிகைக்காரங்க விரும்பறதில்லை. [ஷரதிந்து அந்தச் செய்தியைக் கவனமாகப் படிக்கிறான்.] தற்கொலையைத் தவிர வேற ஏதாவது கிடைக்குதான்னு பாருங்க.
ஷரதிந்து:	(சட்டென்று முகத்தை நிமிர்த்தி) சீதாநாத் சக்ரவர்த்தின்னு யாரையாவது உனக்குத் தெரியுமா?

வசந்தி: தெரியாது.

ஷரதிந்து: சீதோ... நாத்... சக்ர...வர்த்தி. பேர் ரொம்ப தெரிஞ்ச பேர் மாதிரி இருக்கு.

வசந்தி: எத்தனையோ பேர் இந்த மாதிரி தெரிஞ்ச பேர் மாதிரி இருக்கும்.

ஷரதிந்து: (கூச்சலாக) அடடே! - பொட்டானிகல் கார்டன்ஸ்!

வசந்தி: என்ன, பொட்டானிகல் கார்டன்ஸ்?

ஷரதிந்து: ஞாபகம் வரலை? பொட்டானிகல் கார் டன்ஸ்லே சந்திச்சோமே, சீதாநாத் சக்ர வர்த்தி, அவன் பொண்டாட்டி, அவங்க பேர் கூட...

வசந்தி: ஓ... ஆமாம் போன வருஷம். இல்ல அதுக்கும் முந்தின வருஷம்னு நினைவு.

ஷரதிந்து: அவன் பொண்டாட்டி பேர் என்ன 'கணக்'கா 'கணிகா'வா?

வசந்தி: கொணா, கொணா...

ஷரதிந்து: கொணாவா? ஆமாம். கொணாவாத்தான் இருக்கும்.

வசந்தி: சேர்ந்துதானே சாப்பிட்டோம். திரும்பி வரப்ப ஒரே பஸ்லேதானே வந்தோம், பவானிப்பூர் வரைக்கும்.

ஷரதிந்து: சீதாநாத் சக்ரவர்த்தி, ஆச்சரியந்தான்.

வசந்தி: அவருக்கு என்ன இப்ப?

ஷரதிந்து: (மறுபடியும் திடீரென்று நினைவுக்கு வந்தது போல) தற்கொலை பண்ணிக்கிட்டான்.

வசந்தி: (திடுக்கிட்டு) தற்கொலையா?

ஷரதிந்து: ஆமாம். தூக்கு மாட்டிக்கிட்டு.

வசந்தி:	நீங்க... அப்படின்னா... தூக்கு மாட்டிக் கிட்டுத் தற்கொலை செய்துகிட்டது...
ஷரதிந்து:	ஆமாம். சீதாநாத் சக்ரவர்த்திதான். [வசந்தி செய்தித்தாளை வாங்கிப் படிக்கிறாள்.]
வசந்தி:	வேற ஒரு சீதாநாத் சக்ரவர்த்தியாக இருக்கக் கூடாதா?
ஷரதிந்து:	இருக்கலாம். ஆனா... பெண்டாட்டி இருக் காங்க. குழந்தைகுட்டி இல்ல. பவானிப் பூர்லே வசிக்கிறான். பவானிப்பூர் வரைக்கும் தானே ஒண்ணா வந்தோம் பஸ்ஸிலே?
வசந்தி:	ஆமாம். பவானிப்பூர் வரைக்கும் வந்தோம். [சிறிது நேரம் கழித்து ஷரதிந்து சற்று சிரமப்பட்டுச் சிரிக்கிறான்.]
ஷரதிந்து:	நீ விஷயம் வேணும்னல்ல? இதையே எடுத்துக்கோ.
வசந்தி:	அதுக்குன்னு இந்த மாதிரி விஷயமா?
ஷரதிந்து:	ஏன் இதுக்கென்ன குறைச்சல்? நீ அவனைப் பார்த்திருக்கே. அவன் பொண்டாட்டியப் பார்த்திருக்கே. ஒரு பகல் நேரம் முழுக்க அவங்களோட பேசியிருக்கே...
வசந்தி:	அதிலேர்ந்து எவ்வளவு தூரம் தெரிஞ்சுக்க முடியும்?
ஷரதிந்து:	ஒண்ணும் தெரிஞ்சுக்க முடியாது. நமக்கு அதுதானே வேணும்? ஃபர்ஸ்ட் இம்ப் ரெஷன்னு சொல்லுவாங்களே, அது உன் மனசிலே இருக்கு. உனக்கு வேற ஒண்ணும் தெரியாது. அவங்க பொருளாதார நிலை,

அவங்க ரெண்டு பேருக்கும் நடுவிலே இருந்த உறவு, அவங்க உறவுக்காரங்க, ப்ரண்ட்ஸ், அவங்க கஷ்டநஷ்டம் எதுவுமே உனக்குத் தெரியாது. உனக்குக் கற்பனை செய்யறத் துக்கு ஒரு விஷயம் கிடைச்சிருக்கு. அதே சமயம் கற்பனையைத் தடை செய்யற மாதிரி ஒண்ணும் இல்ல.

வசந்தி: என்ன கற்பனை செய்யறதாம்?

ஷரதிந்து: தற்கொலை ஏன் செஞ்சுக்கிட்டான்னு கற்பனை செய். சீதாநாத் சக்ரவர்த்தி தூக்கு மாட்டிக்கிட்டுத் தற்கொலை செஞ்சுகிட் டிருக்கான். இதுதான் விஷயம். அடிப்படை யிலே என்னென்ன நிகழ்ச்சிகள் இப்படி ஒரு பெரிய விஷயத்துக்குக் காரணம்னு பாரு. இதையெல்லாம் கற்பனை செஞ்சு கதை எழுதேன்.

வசந்தி: ஆனா... இந்தத் தற்கொலைதான்...

ஷரதிந்து: தற்கொலை ரொம்ப சுவாரஸ்யமான விஷயம். நார்மலா இருக்கறவன் தற் கொலை செஞ்சுக்கறதில்லை. முழுப் பைத் தியமும் தற்கொலை செஞ்சுக்கறதில்லை.

வசந்தி: ஏன் செஞ்சுக்கறதில்லை?

ஷரதிந்து: அது என்னோட அபிப்பிராயம். உனக்கு வேறு எதாவது தோணினா அதை எழுது.

வசந்தி: ஒருத்தர் ஒரு விஷயத்துக்கு ரொம்ப அதி கமா—நம்ப முடியாத அளவுக்கு அதிகமா— முக்கியத்துவம் கொடுத்திட்டார்னு வெச் சுக்கங்க. ஒருநாள் திடீர்னு அவர் முக்கியமா நெனச்ச விஷயம் தவிடுபொடி ஆயிடுச்சு...

ஷரதிந்து: போறும், போறும், நிறுத்து. மேலே சொல்ல வேண்டாம். கதை வந்தாச்சு; காகிதமும் பேனாவும் எடுத்துக்கிட்டு எழுத உட்காரு, சொல்றேன்.

வசந்தி: இப்பவேவா?

ஷரதிந்து: இப்ப கஷ்டம் என்ன?

வசந்தி: சமையல் கிமையல் எல்லாம்?

ஷரதிந்து: சட்! ஞாயிற்றுக்கிழமை காலைலே எட்டரை மணிக்குச் சமையலைப் பத்திக் கவலை! இப்பவே சுடச்சுட எழுத ஆரம்பி.

வசந்தி: நீங்க என்ன செய்யப் போறீங்க?

ஷரதிந்து: நான் 'நாட்டியக்கலையில் நவீனத்துவத்தை' வச்சுக்கிட்டு உக்கார்றேன். அதாவது படுத்துக்கறேன். ஞாயிற்றுக்கிழமை காலைலே எவன் உக்காந்து எழுதுவான்?

[ஷரதிந்து காகிதங்களை எடுத்துக்கொண்டு படுக்கையறையை நோக்கிச் செல்கிறான். வசந்தி காகிதமும் பேனாவும் எடுத்துக் கொண்டு மேஜையின் முன் உட்கார்ந்து எழுதுவதற்குத் தயாராகிறாள்.]

வசந்தி: உங்களாலே படுத்துக்கிட்டு எப்படித்தான் எழுத முடியுதோ தெரியலை.

ஷரதிந்து: உன்னாலே உக்காந்துகிட்டு எப்படி எழுத முடியுதோ, தெரியலை. அதுவும் ஞாயிற்றுக் கிழமை.

[ஷரதிந்து உள்ளே போகிறான். வசந்தி எழுதத் தொடங்குகிறாள். மேடையில் மெல்லமெல்ல இருள் பரவுகிறது. மீண்டும்

ஒளி தோன்றும்போது வசந்தி இல்ல. அறை காலி. வாயிற்கதவு தட்டப்படும் ஓசை. சமையலறையிலிருந்து கொணா குரல் கொடுக்கிறாள்.]

கொணா: இதோ வர்றேன். கொஞ்சம் இருங்க. அடுப்பிலே இருக்கிற கீரையை இறக்கி வச்சிட்டு வர்றேன்.

[சிறிது நேரத்தில் புடவைத் தலைப்பில் கையைத் துடைத்துக்கொண்டே ஓட்டமும் நடையுமாக வந்து கதவைத் திறக்கிறாள். அவள் எதிர்பாராதவன் வாயிலில் நிற்கிறான்.]

ஓ, நீங்களா?

நிகில்: சீதாநாத் இல்ல?

கொணா: கடைக்குப் போயிருக்கார்.

நிகில்: கடைக்கா? போய் எவ்வளவு நேரம் ஆச்சு?

கொணா: திரும்பி வர்ற நேரந்தான். நான்கூட நினைச்சேன்... (சட்டென்று பேச்சை நிறுத்துகிறாள்.)

நிகில்: என்ன நினைச்சே? (கொணா பேசாமல் நிற்கிறாள்.) சீதாநாத் வந்திருக்கான்னு நினைச்சயா? (கொணா பேசாமல் நிற்கிறாள்.) சீதாநாத்துக்காக கொஞ்சம் வெயிட் பண்ணட்டுமா? இல்ல கொஞ்சம் சுத்திட்டு வரட்டுமா?

[தான் வழியை அடைத்துக்கொண்டு நிற்பது கொணாவுக்குச் சட்டென்று நினைவுக்கு வருகிறது. வழியைவிட்டு நகர்கிறாள்.]

கொணா: உள்ளே வாங்க. அவர் இப்ப வந்திடுவார், உக்காந்துக்குங்க.

[கொணா சமையலறையை நோக்கிச் செல்கிறாள்.]

நிகில்: கொணா!

[கொணா நிற்கிறாள். ஆனால், நிகிலின் பக்கம் திரும்பவில்லை.]

கொணா: என்ன?

நிகில்: சீதாநாத் வர்றத்துக்கு முன்னாலே ஒரு விஷயம் சொல்லணும்.

கொணா: எனக்குச் சமையல்...

நிகில்: பயப்படாதே. அன்னிக்கிப் பேசினதைத் திரும்பியும் இழுக்க மாட்டேன். இது வேற விஷயம்.

கொணா: *(சிறிது தயங்கி)* என்ன சொல்லுங்க?

நிகில்: அன்னிக்கி நான் சொன்னதை மறக்க முடியாதா?

(கொணா பேசாமல் நிற்கிறாள்.) மறுபடியும் முன்னே மாதிரி எல்லாம் சரியாக முடியாதா?

(கொணா பேசாமல் நிற்கிறாள்.) உன்னை எப்படி நம்ப வைக்கறதுன்னு புரியலை. அன்னிக்கி நான் சொன்னதெல்லாம்...

கொணா: அன்னிக்கிச் சொன்னதெல்லாம் விடுங்க.

நிகில்: *(சிறிது நேரம் பேசாமல் பார்த்துக் கொண்டு இருந்துவிட்டு)* சரி விட்டுறேன். *(சிறிது தயங்கி)* ஒரு விஷயம் சொல்ல விரும்பறேன். இனிமே எப்பவும் நான் இந்த

விஷயத்தை எடுக்க மாட்டேன். ஆனா எனக்கு ஒரு வார்த்தை கொடு. வாழ்க்கையிலே என்னைக்காவது எப்பவாவது உனக்கு அவசியம் வந்தா எனக்குத் தெரிவிக்கணும். (கொணா பேசவில்லை.) தெரிவிப்பியா?

கொணா: எனக்குத் தெரியாது.

[நிகில் சில விநாடிகள் அவள் முகத்தைப் பார்த்துக்கொண்டிருந்துவிட்டு பெருமூச்சு விட்டு வாயிற்கதவை நோக்கி நடக்கிறான்.]

எங்கே போறீங்க?

நிகில்: கொஞ்சம் சுத்திட்டு வர்றேன்.

கொணா: அவர் இப்ப வந்திடுவார்.

நிகில்: வரட்டும். நான் அப்புறம் வர்றேன்.

கொணா: நிகில்! (நிகில் திரும்புகிறான்.) உக்காருங்க.

[நிகில் உட்காரவில்லை, ஆனால், உள் நோக்கி ஓரடி எடுத்துவைக்கிறான்.]

வார்த்தை கொடுக்கறேன். என்னைக்காவது தேவை வந்தா, உங்களுக்குத் தெரிவிக்கிறேன்.

[நிகில் ஒன்றும் பேசவில்லை. ஆனால், அவன் முகம் ஒளிபெறுகிறது.]

உக்காருங்க. நான் இதோ வர்றேன். டீ குடிப்பீங்கல்ல?

நிகில்: இப்ப வேண்டாம். சீதாநாத் வரட்டும்.

கொணா: தண்ணி கொதிக்கறதுக்குள்ளே அவர் வந்திடுவார். (காலடிச் சத்தத்தைக் கேட்டுவிட்டு) வந்திட்டார்னு நினைக்கிறேன்.

[தாழிடப்படாத கதவைத் திறந்துகொண்டு சீதாநாத் நுழைகிறான். கையில் மார்க்கெட் பை.]

சீதாநாத்:	என்னப்பா, நீ எப்ப வந்தே?
நிகில்:	இப்பத்தான் வந்தேன்.

[சீதாநாத் சமையலறையில் பார்வையாளர் பார்க்கக்கூடிய பகுதிக்குச் சென்று கொணா விடம் பையைக் கொடுக்கிறான்.]

சீதாநாத்:	டீ போடறியா?
கொணா:	*(சமையலறையின் மறைவான பகுதியி லிருந்து)* தண்ணி வச்சிருக்கேன், பாக்கல?
சீதாநாத்:	*(நிகிலிடம்)* என்னப்பா, இப்பல்லாம் உன்னை கண்ணுலேயே காண முடியற தில்லையே, என்ன விஷயம்?
நிகில்:	கண்ணுலேயே காண முடியறதில்லைன்னா? இப்பத்தானே கொஞ்ச நாள் முந்தி வந்திருந் தேன்.
சீதாநாத்:	கொஞ்ச நாள் முந்தியா? ஒரு மாசமா நீ இந்தப் பக்கமாத் தலைகாட்டலைன்னு எனக்கு நினைவு.
நிகில்:	இந்த ஒரு மாசத்திலே நீ எத்தனை தடவை எங்க வீட்டுப் பக்கம் எட்டிப்பார்த்திருக்கே, சொல்லு பார்ப்போம்.
சீதாநாத்:	நான்... நான் எப்ப உன் வீட்டுக்கு வந்திருக்கேன் சொல்லு?
நிகில்:	நீ என் வீட்டுக்கு ஏன் வரப் போற? ஆனா நான் மட்டும் உன் வீட்டுக்குத் தினம் வரணும்.
சீதாநாத்:	உனக்குத் தெரியுமா? நான் ஏன் உன் வீட் டுக்கு வர்றதில்லைன்னு.
நிகில்:	எனக்குத் தெரியாது.

சீதாநாத்: உன்கிட்டே எத்தனையோ தடவை சொல்லி யிருக்கேன். உங்க வீட்டிலே தர்வான், சமையல் காரன், வேலைக்காரன், நாய் இத்தனை பேரை யும் தாண்டி வீட்டுக்குள்ளே கால்வைக்கறதுக் குள்ள உயிர் போயிருதுன்னு நான் சொல்லலை?

நிகில்: ஆமாம், சொல்லியிருக்கே. சரியான நொண்டிச் சாக்கு.

சீதாநாத்: இன்னிக்கி உனக்கு என்னவாச்சு? மூளை கீளை பிசகிடிச்சா?

நிகில்: இதைத்தான் 'ஸ்நொபரி ஆஃப் பாவர்ட்டி'ன்னு சொல்லுவாங்க.

சீதாநாத்: நீ இன்னிக்குச் சண்டை போடற மூடுல வந்திருக்கே. கொணா, சீக்கிரம் டீ கொண்டா. இல்லாட்டா, இங்கே அமைதியை நிலை நாட்ட முடியாது.

நிகில்: (சட்டென்று எழுந்து) டீ இருக்கட்டும். நான் கிளம்பறேன்.

சீதாநாத்: என்னடா? நிஜமாகவே உனக்குக் கோபம் வந்திடுச்சா?

நிகில்: (சிறிது கோபத்துடன்) எனக்கு எதுக்குக் கோபம் வரணும்? கோபப்படறத்துக்கு என்ன இருக்கு?

சீதாநாத்: கொணா போடற டீயைக் குடிக்காம கிளம் பிட்டுக் கோபமே இல்லன்னு சொல்றியே?

நிகில்: (சட்டென்று கோபம் மேலிட்டு) எல்லாத் துக்கும் ஏன் ஏறுமாறா அர்த்தம் எடுத்துக்கறே?

சீதாநாத்: (ஆச்சரியத்துடன்) ஏறுமாறா எதுக்கு அர்த்தம் எடுத்துக்கிட்டேன்?

[நிகில் சிறிது நேரம் தன்னைத் தானே சமாதானம் செய்துகொள்ள முயன்று தோற்கிறான்...]

நிகில்: இல்ல. எனக்கு... எனக்கு இப்ப வேலை இருக்கு.

[நிகில் வேகமாக வெளியேறுகிறான். சீதாநாத் சில விநாடிகள் திகைப்புடன் பார்த்துக்கொண்டிருக்கிறான். பின்பு கதவருகில் செல்கிறான்.]

சீதாநாத்: ஏய், நிகில்!

[ஆனால், நிகில் சென்றுவிடுகிறான். சீதாநாத் கதவைச் சாத்திவிட்டுச் சமையலறைக்குச் செல்கிறான்.]

என்ன விஷயம் கொணா?

கொணா: (மறைவிலிருந்து) என்ன விஷயம்னு எனக்கு எப்படித் தெரியும்?

சீதாநாத்: இல்ல. இந்த மாதிரி ஒருநாளும்...

[கொணா, சீதாநாத்தின் பக்கத்தில் நடந்து வந்து மேஜையின் மேல் டீயை வைக்கிறாள்.]

உனக்கு டீ?

கொணா: கிச்சன்லே இருக்கு.

சீதாநாத்: அதை இங்கே கொண்டுவா.

கொணா: எனக்குச் சமைக்க வேண்டாமா?

சீதாநாத்: இன்னிக்கி ஞாயிற்றுக்கிழமை. அவசரம் என்ன?

கொணா: அடுப்பு எரியுது.

சீதாதாத்: எரிஞ்சு அவியட்டும்.

கொணா: எரிஞ்சு அவியட்டுமா? கரி என்ன சும்மாவா கிடைக்குது?

[சீதாநாத் கொணாவின் முகத்தைப் பார்க்கிறான். பின்பு ஒன்றும் பேசாமல் உட்கார்ந்து

டீ குடிக்கத் தொடங்குகிறான். கொணா சிறிது நேரம் நின்றுகொண்டிருந்துவிட்டுத் தன்னு டைய டீயை எடுத்துக்கொண்டு வந்து உட்காருகிறாள்.]

என்ன?

சீதாநாத்: என்ன?

கொணா: பேசாமல் இருக்கீங்களே, ஏன்?

சீதாநாத்: என்ன பேசணும்?

கொணா: நான் ஒண்ணும் யோசனை பண்ணிச் சொல்லலை. சும்மாத்தான் சொன்னேன்.

சீதாநாத்: என்ன சொன்னே?

கொணா: கரியோட வெல விஷயந்தான்.

[சீதாநாத் ஒன்றும் பேசாமல் டீயை உறிஞ்சுகிறான்.]

நீங்க ஏன் இப்படிப் பணம் சேக்கறீங்கன்னு எனக்குத் தெரியும்.

[சீதாநாத் இப்போது ஒன்றும் பேசவில்லை. ஒரு பழக்கப்பட்ட வேதனையில் முழுகி இருப்பவன்போல் இருக்கிறான்.]

இன்னும் எத்தனை நாள் ஆகும்.

சீதாநாத்: இன்னும் கொஞ்சம் பணம் சேர்ந்தாலே...

கொணா: (குதித்து எழுந்து) இந்த மாசம் எழுதியாகலை. (ஒரு நோட்டுப் புத்தகத்தைக் கொண்டுவந்து) இந்த மாசம் எவ்வளவு பணம் கட்டியிருக்கீங்க?

சீதாநாத்: எப்பவும் மாதிரிதான்.

கொணா: ஐம்பதா? (அதை எழுதிக்கொண்டு கணக்குப் பார்த்து) மூவாயிரத்து இருநூத்து எண்பது. வட்டி எவ்வளவு தெரியுமா?

சீதாநாத்: ஞாபகத்துலே இல்ல. நாளைக்கு பாங்குக்குப் போய் விசாரிச்சுக்கிட்டு வர்றேன்.

கொணா: மூவாயிரத்து இருநூத்து எண்பது ரூபாய்ல ஒரு ரூம்கூடக் கட்ட முடியாதா?

சீதாநாத்: அந்த மாதிரி ஆரம்பிச்சுப் பிரயோஜனம் இல்லன்னு சொல்லியிருக்கேன்ல? அந்த மாதிரி கட்டினா செலவு அதிகமாகும்.

கொணா: ஆமா. சொல்லியிருக்கீங்க. ஆனா சில சமயம் பொறுமை போயிடுதுங்க. நம்ப நிலம் வீணா கிடக்குதேன்னு மனசு கிடந்து அடிக்குது.

சீதாநாத்: சீக்கிரம் கட்டுவோம். நிலம் இருக்கறச்சே வீடும் கட்டுவோம்.

கொணா: நல்லவேளை அப்பவே நிலம் வாங்கிப் போட்டோம். நினைச்சுப் பாருங்க. இப்ப வாங்கப் போனா நிலமே கிரவுண்ட் மூவாயிரம் ஆகும். அப்ப 2½ கிரவுண்ட் மூவாயிரத்துக்குக் கிடைச்சுது.

சீதாநாத்: *(சிரித்துக்கொண்டே)* நிலம்தானே நமக்கு ஒரே ஆதாரம். கஷ்டநஷ்டம் வந்தா நிலத்தை வித்து...

கொணா: *(வேகத்துடன் அதை எதிர்த்து)* ஒருநாளும் விக்கக் கூடாது.

சீதாநாத்: கஷ்டகாலம் எப்ப வரும்னு யாராலேயாவது சொல்ல முடியுமா?

கொணா: என்ன கஷ்டம் வந்தாலும் சரி, நிலத்தை விக்கக் கூடாது.

சீதாநாத்: உனக்கு சீரியஸ்ஸா உடம்புக்கு வந்திடுச்சுன்னு வச்சிப்போம்.

கொணா: வரட்டுமே. அதுக்குன்னு நிலத்தை விக்கக் கூடாது.

சீதாநாத்: வைத்தியம் பாக்க வேண்டாமா?

கொணா: பாருங்க. பாங்குலே அதிகம் போட வேண்டாம். அதுக்குன்னு நிலத்தை விக்கறது...

சீதாநாத்: எனக்கு எதாவது சீரியஸ்ஸா உடம்புக்கு வந்துடுச்சுன்னு வச்சுக்க...

கொணா: வேண்டாத பேச்செல்லாம் எதுக்குப் பேசறீங்க?

சீதாநாத்: இதெல்லாம் வேண்டாத பேச்சா? மனுஷ னோட வாழ்க்கையிலே...

கொணா: இந்த மாதிரி பேச்செல்லாம் எனக்குக் கேக்கப் பிடிக்கலை.

[சீதாநாத் அந்தப் பேச்சை விடுகிறான். இவ் வாறு விட்டுக்கொடுப்பது ரொம்ப நாள் பழக்கம்போல் தோன்றுகிறது.]

சீதாநாத்: உனக்குச் சொந்த வீடு கட்டறதுலே இத்தனை வெறி ஏன்?

கொணா: உங்களுக்குத்தான் தெரியுமே.

சீதாநாத்: எனக்குத் தெரியுமா? இல்ல, எனக்குத் தெரி யாதுன்னு நினைக்கிறேன்.

கொணா: எத்தனை தடவை உங்ககிட்டே சொல்லி யிருக்கேன்?

சீதாநாத்: (தனக்குத் தானே சொல்லிக்கொள்வதுபோல்) ஆமா சொல்லியிருக்கே. ஆனா எனக்கு இப்பக் கூடச் சரியாப் புரியலை.

கொணா: என்னை மாதிரி வளர்ந்திருந்தா உங்களுக்கும் புரிஞ்சிருக்கும்.

[சீதாநாத் பேசாமல் உட்கார்ந்திருக்கிறான். கொணா அறைக்குள் வெறித்த பார்வையுடன் சுற்றி வருகிறாள். அறையிலிருக்கும் அலங்காரப் பொருள்களிலும் மற்ற பொருள்களிலும் அவள் பார்வை செல்கிறது. கையால் தடவிப் பார்க்கிறாள். இந்த மேஜை அவர்களுடையது. நாற்காலிகள், புத்தக அலமாரி, புத்தகங்கள், பூச்சாடி, திரைச்சீலை எல்லாமே அவர்களுடையது. அவர்களுக்கே சொந்தமானது. கொணாவுக்கே சொந்தமானது.]

தன்னுதுன்னு சொல்லிக்க ஒரு சாமான்கூடக் கெடைச்சதில்லை. சொந்த வீடு சொப்பனத்திலேகூட எட்டாததா இருந்தது. புடவை, ப்ளவுஸ் ஒண்ணும் இல்ல. தன்னுதுன்னு சொல்லிக்க ஒரு சீப்புகூடக் கிடையாது. எல்லாமே எனக்கும் என் ரெண்டு அக்காவுக்கும் பொது. எல்லாமா? அப்படி எத்தனை சாமான் இருந்தது? ஒரு உடைஞ்ச கண்ணாடி. அந்தக் கண்ணாடியை உடைச்சிட்டு நான் செமத்தியா அடிபட்டேனாம். அது எனக்கு நினைவில்லை. உடைஞ்ச கண்ணாடிதான் நினைவிருக்கு. அடி பட்டதைப் பெரிய அக்காகிட்டேயிருந்து தெரிஞ்சுகிட்டேன். பெரிய அக்கா புகுந்த வீட்டிலே அடியும் உதையும் பட்டுக்கிட்டு கழுதை மாதிரி உழைச்சா. அம்மா அதை நெனச்சுநெனச்சு ரொம்ப அழுவாங்க. இருமல் வேற. இருமல்ல இரத்தமும் துப்பினாங்க. அம்மா செத்துப் போனாங்க. வீட்டிலே வைத்தியங்கற பேச்சு கூட இல்ல. பெரிய அக்காவும் செத்துப்

போனா. சின்ன அக்கா... *(சட்டென்று நிறுத்து கிறாள்.)*

சீதாநாத்: அந்தப் பேச்செல்லாம் இப்ப எதுக்கு?

கொணா: *(தனக்குள் பேசிக்கொள்வதுபோல்)* ஒவ்வொரு சமயம் மனசுலே என்ன தோணுதுன்னா சின்ன அக்கா சரியாத்தான் செஞ்சிருக்கான்னு.

சீதாநாத்: உன்னை விடவா?

கொணா: என்னோட அவளை ஒப்பிட்டுப் பேசாதீங்க, எம் மாதிரி அதிர்ஷ்டம் சின்ன அக்காவுக்கு இல்ல.

சீதாநாத்: *(சிரித்துக்கொண்டே)* உனக்கு என்ன அதிர்ஷ்டம்?

கொணா: *(அதைக் காதில் வாங்கிக்கொள்ளாமலேயே)* சின்ன அக்காவுக்குக் கல்யாணம் ஆகாட்டாலும் இருக்க வசதியா நிழல் கிடைச் சிருக்கு. கட்டிக்க யோக்கியதையா நல்ல துணி மணிகள் கிடைச்சிருக்கு. வயிறு நிரம்ப ரெண்டு வேளை சோறு கிடைச்சிருக்கு. ஏன் அவள் போக மாட்டா? அவள் சரியாகத்தான் செஞ் சிருக்கான்னு எனக்குத் தோணுது. ஜனங்க நாலும் பேசுவாங்க. பேசட்டும்.

சீதாநாத்: நான் இதுவரைக்கும் ஏதாவது சொல்லியிருக் கேனா? நீதான் சின்ன அக்காவை ஒவ்வொரு நாள் நாக்கிலே நரம்பில்லாம திட்டித் தீர்க்கறே.

கொணா: நான் தப்பு செய்யறேன். நீங்க இருங்கீங்க, தலைக்கு மேல கூரை இருக்கு. சாப்பாட்டுக்குக் குறை இல்ல. அது மட்டுமில்லை. நிலம் இருக்கு. வீடு கட்டப் போறோம். வீடு. சொந்த வீடு. அதான் சில சமயம் புரியாம பேசறேன்.

ஆனா, சில சமயம் நினைச்சுப்பேன், இதெல்லாம் எனக்கு இல்லாம இருந்து யாராவது வந்து 'உனக்குச் சாப்பாடும், துணியும் தர்றேன்'னு...

சீதாநாத்: அந்தப் பேச்செல்லாம் எதுக்கு இப்ப?

கொணா: *(காதில் வாங்கிக்கொள்ளாமல்)* சின்ன அக்கா கிட்ட சொன்ன மாதிரி...

சீதாநாத்: கொணா!

கொணா: *(தூக்கத்திலிருப்பவள்போல்)* என்ன?

சீதாநாத்: அந்தப் பேச்செல்லாம் விடு.

கொணா: *(சிறிது நேரம் ஒன்றும் புரியாமல் மலங்க மலங்க விழித்துவிட்டு)* அப்பா உயிரோட இருந்திருந்தா ஒருநாளும் இந்த மாதிரி நடக்க விட்டிருக்க மாட்டார். அப்பா உயிரோட இருந்திருந்தா என்ன ஆயிருந்தாலும் சின்ன அக்காவை...

சீதாநாத்: *(காரணமில்லாமல் முரட்டுத்தனமான குரலில்)* அப்படி யாராலே சொல்ல முடியும்?

கொணா: *(திகைப்புடன்)* என்ன சொல்றீங்க நீங்க? அப்பா உயிரோட இருந்திருந்தா சின்ன அக்கா இப்படிப் போயிருப்பாளா?

சீதாநாத்: எனக்குத் தெரியாது?

கொணா: *(மீண்டும் தனக்குள் சொல்லிக்கொள்வது போல்)* நான் அப்பாவை இங்கே அழைச்சிட்டு வரச் சொன்னேன். ஆஸ்பத்திரிலே சேர்க்க வேண்டாம்னு சொன்னேன். நீங்க கேக்கலை.

சீதாநாத்: *(முன் போலவே முரட்டுக்குரலில்)* ஆஸ்பத்திரி தீப்பிடிச்சு எரிஞ்சு போகும்னு நான் கண்டேனா?

கொணா: எரிஞ்சு சாம்பலாப் போச்சு. ஒரு தடவை கண்ணாலேகூடப் பாக்கலை. நீங்க ஒரு நாள் கூட... ஒரு தடவைகூட என்னை ஆஸ்பத்திரிக்கு...

[சீதாநாத் பரபரவென்று எழுந்திருக்கிறான்.]

சீதாநாத்: நான் கொஞ்சம் சுத்திட்டு வர்றேன்.

கொணா: என்ன?

சீதாநாத்: நான் கொஞ்சம் சுத்திட்டு வர்றேன்.

கொணா: எங்கே போறீங்க?

சீதாநாத்: ராஜேன் கூட்டத்திலே போய்க் கொஞ்சம் அரட்டை அடிச்சிட்டு வர்றேன்.

கொணா: அந்த அரட்டைதான் உங்களுக்குப் பிடிக்கா துன்னு சொல்லுவீங்களே?

சீதாநாத்: பிடிக்கலைன்னு எல்லாத்தையும் விட்டுட முடியுமா? பழைய ஃப்ரண்ட்ஸ்...

கொணா: போகாதீங்கன்னா சொல்றேன்? குளிச்சிட்டுப் போங்களேன். அப்புறம் தண்ணி வராது.

சீதாநாத்: குளியலா? அதுவும் சரிதான், குளியலை முடிச்சுக்கறேன். அப்புறம் தண்ணி வராது. சரியாத்தான் சொல்றே நீ.

[உள்ளே போகிறான். அங்கேயிருந்து தப்பித் தான் என்று சொல்வதே பொருத்தம். ஏறத் தாழ அதே சமயத்தில் வாயிற்கதவைத் தட்டும் சத்தம் கேட்கிறது. கொணா கதவைத் திறக் கிறாள்.]

வந்தவர்: சீதாநாத் சக்ரவர்த்தி வீட்டிலே இருக்காரா?

கொணா: இருக்கார். இதோ கூப்பிடறேன்.

[சீதாநாத் வருகிறான். உடம்பில் சட்டை இல்லை.]

சீதாநாத்: யாரு?

வந்தவர்: உங்க பேரு சீதாநாத் சக்ரவர்த்தியா?

[சீதாநாத் பதில் சொல்லவில்லை. ஏதோ விபரீதமான விஷயம் என்று புரிந்துவிடுகிறது அவனுக்கு. அவனுடைய சிந்தனை வெகு வேகமாக ஓடுகிறது. சட்டென்று கொணாவின் பக்கம் திரும்புகிறான்.]

சீதாநாத்: கொணா உள்ளே போய் என் பாக்கெட்லே ஒரு முக்கியமான காகிதம் வச்சிருச்கேன். அது இருக்கான்னு பாரேன்.

கொணா: (படுக்கையறைக் கதவருகில் சென்று) என்ன காகிதம்?

சீதாநாத்: ஒரு லெட்டர். டைப் அடிச்சது. கிடைக்கலேன்னா கொஞ்சம் தேடிப்பாரேன். பொட்டிலேயும் பாரு. (கொணா போகிறாள்.)

வந்தவர்: நீங்க சீதாநாத் சக்ரவர்த்திதானே?

சீதாநாத்: (இயல்பாக இருப்பதுபோல் நடித்து) என்ன கேட்டீங்க? சீதாநாத் சக்ரவர்த்தின்னா? அவர் இங்கே குடியிருந்தார். இப்ப காலி பண்ணிட்டுப் போயிட்டார்.

வந்தவர்: காலி பண்ணிட்டுப் போயிட்டாரா?

சீதாநாத்: ஆமா. ரொம்ப நாள் ஆயிடுச்சு. சுமார் ஆறு மாசம் இருக்கலாம். ஏன், என்ன விஷயம்?

வந்தவர்: கோர்ட்லேர்ந்து சம்மன் வந்திருக்கு. கரியாவிலே இருக்கிற உங்க நிலத்தை அடமானம் வச்சீங்களே. அது சம்மந்தமா கேஸ்.

சீதாநாத்: என் நிலமா? எனக்கு ஏது நிலம்? சீதா நாத்தோட....

வந்தவர்: ஏன் சார் இப்படி என் பொறுமையைச் சோதிக் கிறீங்க? பன்னெண்டு வருஷமா கோர்ட் பெய் லிஃபா வேலை பாக்கறேன். எனக்கு ஒண்ணும் தெரியாதுன்னு நினைச்சுக்கிட்டீங்களா?

சீதாநாத்: உங்களுக்குப் புரிஞ்சதும் புரியாததும் எனக்குத் தெரியாது. எம்பேரு சீதாநாத் சக்ரவர்த்தி இல்ல.

வந்தவர்: பொய் சொல்றதிலே லாபம் இல்ல சார். சட்டப்படி அயிடென்டிஃபையர் உங்களை அடையாளம் காட்டிட்டார்.

சீதாநாத்: யார் அடையாளம் காட்டினாங்க?

வந்தவர்: அது உங்களுக்குத் தெரிய வேண்டிய அவசிய மில்லை.

சீதாநாத்: எனக்குத் தெரிய வேண்டிய அவசியமிருக்கு. எவனோ ஒருத்தன்...

வந்தவர்: வேறு யாருமில்லை. ஐயா, உங்க ஒய்ஃபே சொன்னாங்க போதுமா?

சீதாநாத்: ஒருநாளும் அவ சொல்லியிருக்க மாட்டாள். அவ எதையோ சொல்ல, நீங்க வேற எதையோ காதிலே வாங்கிக்கிட்டிருக்கீங்க.

[கொணா வருகிறாள்.]

கொணா: லெட்டர் கிடைக்கலையே.

வந்தவர்: அம்மா, இவங்க பேரு சீதாநாத் சக்ரவர்த்தி தானே?

சீதாநாத்: (அவர் குரலை அமுக்கிக்கொண்டு) கிடைக்க லையா? போய் பொட்டியிலே இன்னும் கொஞ்சம் நல்லாத் தேடு.

வந்தவர்: (சளைக்காமல்) நான் கேட்டதுக்கு நீங்க இன்னும் பதில் சொல்லலையே.

சீதாநாத்: (கூச்சலாக) வேண்டாத பேச்சு இருக்கட்டும். என்ன கொண்டு வந்திருக்கே? கொடு!

['கொடு' என்று மரியாதையின்றிப் பேசியது தவறாகிறது. வந்தவர் சம்மனில் கையெழுத் திடுகிறார். ஆனால், மரியாதையின்றிப் பேசி யதை ஜீரணிக்கவில்லை.]

வந்தவர்: மரியாதையாப் பேசுங்க சார். கோர்ட் பெய்லிஃப்னுட்டு மரியாதையில்லாமே பேச உங்களுக்கு உரிமை இல்ல.

சீதாநாத்: சரி, சரி, நிறுத்து. வாயை மூடு.

கொணா: (தெளிவில்லாத மெல்லிய குரலில்) கோர்ட் பெய்லிஃப்பா?

வந்தவர்: (கோபம் தலைக்கேற) வாயை ஏன் மூடிக்கணும் சார்? இது என் பெர்சனல் விஷயம் இல்ல. கோர்ட் ஆர்டர்லே சம்மன் கொடுக்க வந்திருக் கேன். என்னை வாயை மூடிக்கச் சொல்ல நீங்க யாரு? அடமானம் வச்ச நிலத்து மேலே கேஸ். என் மேலே ஏன் காயறீங்க?

சீதாநாத்: (கூச்சலாக) இதெல்லாம் சொல்லியாச்சு. இனிமே எதையும் கேக்க எனக்கு இஷ்டமில்லை.

வந்தவர்: உங்க கோபதாபமெல்லாம் என்கிட்டே காட் டாதீங்க. (வந்தவர் கோபமாக முணுமுணுத் துக்கொண்டே வெளியேறுகிறார். வீடு நிசப்த மாக இருக்கிறது.)

கொணா: (முயற்சியுடன்) நிலம்... நிலம்... நிலம்... இல்ல?

சீதாநாத்: (திரும்பி அவளை நேருக்கு நேர் பார்த்தபடி) நிலம் இல்லன்னு யார் சொன்னாங்க?

கொணா: கோர்ட்... கோர்ட் சம்மன்... கடனை அடைக் கறத்துக்காக...

சீதாநாத்: அதெல்லாம் வெறும் பேத்தல். அவன் பொய் யன், திருடன். இங்கே வந்து பொய்யும் புரட்டும் சொல்லிட்டுப் போறான்.

[ஆனால், கொணாவின் வெளுத்த முகத்தைப் பார்த்தவுடன் சீதாநாத்தின் குரலின் மெலி வடைகிறது.]

கொணா: (முன் போலவே) நிலம் இல்ல?

சீதாநாத்: (அருகில் சென்று இரைஞ்சும் குரலில்) நான் சொல்றதைக் கொஞ்சம் கேளு கொணா. நிலம் இருக்கு. நிலத்துக்கு ஒண்ணும் ஆகலை. என்னை நம்பு. இன்னும் கொஞ்ச நாள். எல்லாம் சரியாப் போயிடும்.

கொணா: கடனை அடைக்கறத்துக்காக நிலத்தை...

சீதாநாத்: (மிக அவசரமாக) கொணா, கேளேன். என் னோட ஃப்ரண்டுக்கு - சின்ன வயசுலேர்ந்து ஃப்ரண்ட் - ரொம்ப கஷ்ட காலம். அவனுக்கு ஹெல்ப் பண்ணாம இருக்க முடியலை. ஒரே ஒரு மாசந்தான். ஒரு மாசம் கழிச்சு பணம், வட்டி எல்லாத்தையும் திருப்பிக் கொடுத்துடு வான்.

கொணா: எவ்வளவு பணம்?

சீதாநாத்: ரெண்டாயிரம்... ஒரு மாசம் கழிச்சு... ஒரு மாசம்கூட இல்ல...

கொணா: *(திடீரென்று அழுகையுடன்)* வேண்டாம், வேண்டாம். நிலத்தை ஒண்ணும் செஞ்சுடாதீங்க. பாங்க்லேர்ந்து பணத்தை எடுத்துக் கொடுங்க. இப்பவே கொடுத்திடுங்க. காலந் தாழ்த்தாதீங்க. நிலம்... நிலத்தைப் பிடுங்கிக்க விடாதீங்க.

[பாங்க் பணத்தைப் பற்றி அவள் சொன்னவுடன் சீதாநாத்துக்குத் தன்னையறியாமல் தூக்கிவாரிப் போடுகிறது. ஆனால், கொணா அதைக் கவனிக்கவில்லை.]

சீதாநாத்: *(இயல்பாக இருப்பதுபோல் நடித்து)* சரி, கண்டிப்பா. நான்கூட அப்படித்தான் நினைச் சேன். பாங்க்லேர்ந்து எடுத்துக்கொடுப் போம்னு. அப்படித்தான் சொல்லியிருந் தேன். இருந்தும் சம்மன்ஸும் கிம்மன்ஸும் அனுப்பி... சும்மா எரிச்சலூட்டறத்துக்காகத் தான். வேறென்ன?

[சீதாநாத்தின் பேச்சில் சிறிதும் கவலையின் அறிகுறி தென்படாதது கொணாவைக் கல்லாய்ச் சமைய வைக்கிறது. ஏதோ ஓர் உள்ளுணர்வு - பயங்கரம் நிறைந்த - நிறைந்த உள்ளுணர்வு - அவளுக்கு ஏற்படுகிறது.]

கொணா: பாங்க்லே இருக்கிற... பாங்க்லே இருக்கிற பணமும்...

சீதாநாத்: பாங்க்லே இருக்கிற பணத்துக்கு என்ன? பாங்க்லே மூவாயிரத்துக்கு மேலே பணம் இருக்கு. கவலை எதுக்கு?

கொணா: பாங்க்லே பணம் இருக்கும்போது நிலத்தை அடமானம் வைப்பானேன்? நீங்க எல்லாப் பணத்தையும்... எல்லாப் பணத்தையும்...

சீதாநாத்: கொணா பைத்தியம் மாதிரி என்ன இது?

கொணா: (ஆவேசம் வந்தவள்போல் கத்திக்கொண்டு) ஒண்ணுமே இல்லையா? எல்லாம் போயிடுச்சா?

சீதாநாத்: எல்லாம் இருக்கு கொணா. பாங்க்லே மூவா யிரம்...

கொணா: பொய்! பொய்!

[கொணா ஓடிச்சென்று மேஜையின் டிராயரை இழுக்கிறாள். அது பூட்டியிருக்கிறது. ஒரே மாதிரிக் கத்திக்கொண்டே அதை மீண்டும் மீண்டும் வேகமாக இழுக்கிறாள்.]

பொய்! பொய் ! பொய்!

[சீதாநாத் கொணாவை மேஜையிலிருந்து இழுக்க முயற்சி செய்கிறான். அவளுக்குப் புரியவைக்க முயற்சி செய்கிறான். ஆனால், கொணா பைத் தியம் பிடித்தவள்போல் நடந்துகொள்கிறாள். ஒரு வேகமான இழுப்பில் டிராயர் திறந்து கொள்கிறது. அதற்குள்ளிருந்து காகிதங்கள் நாலு பக்கமும் சிதறுகின்றன. சீதாநாத் எதுவும் செய்வதற்கு முன் கொணா பாய்ந்து பாங்க் பாஸ் புத்தகத்தை எடுத்துக்கொள்கிறாள். வெறி பிடித்தாற்போல் பக்கங்களைத் திருப்புகிறாள். சீதாநாத் திகைத்து செய்வதறியாது நிற்கிறான். கொணா மெல்ல முகத்தைத் தூக்குகிறாள். பாஸ் புத்தகத்தை ஒரு கந்தல் காகிதத்தைத் தூக்கி எறிவதைப் போல் தூக்கி எறிந்துவிட்டுப் படுக்கையறைக்குள் போகிறாள்.)

சீதாநாத்: கொணா!

[ஒரே எட்டில் படுக்கையறையின் கதவை அடைகிறான். ஆனால், கொணா, முகத்தில் அறைவது போல் கதவைச் சாத்திக்கொள்கிறாள். சீதாநாத் பலமாகக் கதவைத் தட்டுகிறான். அவன் முகத்தில் பயக் களை.]

கொணா! கதவைத் திற! கொணா! என்னைக் கொஞ்சம் பேச விடு. எல்லாத்தையும் சொல்ல விடு. நான் சத்தியமாச் சொல்றேன். எல்லாம் சரியாயிடும். எல்லாம் சரியாயிடும். கதவைத் திற! [கொணாவிடமிருந்து பதில் இல்லை. சீதாநாத் பரபரவென்று அறைக்குள் இங்கு மங்கும் சுற்றிவருகிறான். மீண்டும் கதவருகில் ஓடுகிறான்.]

(உடைந்த கரகரத்த குரலில்) கொணா! கதவைத் திற! இல்லாட்டா கதவை உடைச்சிடுவேன். [கதவு சட்டென்று திறந்துகொள்கிறது. கொணா வெளியே வருகிறாள். அமைதியான முகம். வெளியே செல்லத் தக்க ஆடைகளை அணிந்திருக்கிறாள். காலில் செருப்பு. கையில் பை. கொணாவை உயிருடன் பார்த்த மகிழ்ச்சியில் சீதாநாத்துக்கு ஒன்றும் புரியவில்லை.]

கொணா!

[கொணாவை இறுக்கி அணைத்துக்கொள்ளச் செல்கிறான். ஆனால், கொணா அவனைத் தாண்டிக்கொண்டு விரைவாக வாயிற்கதவைத் திறந்துகொண்டு வெளியே செல்கிறாள். குழப்பத்துடன் இருக்கும் சீதாநாத்துக்கு அவளைத் தடுக்கத் தோன்றவில்லை.]

(திடுக்கிட்டு தன் நினைவுக்கு வந்து) கொணா!
(வாசலுக்கு ஓடிச் சென்று) கொணா! கொணா!
ஆனால், கொணா போய்விடுகிறாள். சீதாநாத்
ஒரே எட்டில் படுக்கையறைக்குச் செல்கிறான்,
சட்டையை மாட்டிக்கொண்டே வெளியே
வருகிறான். வெளியே வரும்போது திறந்த
வாயிற்கதவு வழியாக மெலிந்த ஒரு கிழவரைப்
பார்க்கிறான். மெலிந்த முகத்தில் பளபளக்கும்
கண்கள். அந்தக் கண்களில் சுயநலமும் கொடூர
மும் பைத்தியக்காரத்தனமும் கலந்திருக்கின்றன.
சீதாநாத் கற்சிலையாய்ச் சமைந்து போகிறான்.]
நீங்களா நீங்க எங்கே இங்கே வந்தீங்க?
[கிழவர் சிரிக்கிறார். சிரிப்பு பயங்கரமாக இருக்
கிறது.]

கிழவர்: பயப்படாதே அப்பா. இத்தனை நாழியாக்
காத்துக்கிட்டிருந்தேன். கொணா வெளியே
போறதைப் பார்த்த பின்னாலே தான் உள்ளே
நுழைஞ்சேன்.

சீதாநாத்: 'ஒருநாளும் வீட்டுக்கு வர மாட்டேன்'ன்னு
நீங்க சத்தியம் செய்யலை.

கிழவர்: வராம வேற வழியில்லை அப்பா. இதுக்கு
முன்னாலே எப்பவாவது வந்திருக்கேனா?

சீதாநாத்: நீங்க போயிடுங்க. ஆபீசுக்கு வாங்க.

கிழவர்: எப்பவும் ஆபீசுக்குத்தானே வருவேன். இன்
னிக்கு ஞாயிற்றுக்கிழமை இல்லையா?

சீதாநாத்: நாளைக்கு வாங்க.

கிழவர்: நாளைவரைக்கும் தாங்காது. இன்னிக்கே
எனக்குப் பத்து ரூபாய் வேணும். இல்லாட்டா
நான் செத்துடுவேன்.

[சீதாநாத் வெறுப்புடன் கிழவரைப் பார்க்கிறான்.]

சீதாநாத்: செத்துப் போயிடுவீங்களா? இல்ல. உங்களுக்குச் சாவே கிடையாது. தினமும் நீங்க சாகணும்னு வேண்டிக்கிறேன். செத்துப் போங்க. கொணா நினைச்சுக்கிட்டிருக்கிறது நிஜமாகட்டும்.

கிழவர்: கொணாவை ஏன் இதிலே இழுக்கறே? பத்து ரூபாயைத் தூக்கி எறி. கொணாகிட்டே ஒண்ணுமே சொல்ல மாட்டேன்.

சீதாநாத்: பத்து ரூபாய்! எங்களோட நிலம் போச்சு. பணமெல்லாம் போச்சு. எல்லாம் எதுக்காக? ஒரு பொய்யை மறைச்சு வைக்கத்தான்.

கிழவர்: அந்தப் பொய் உன்னாலே வந்ததுதான் அப்பா. நான் அடிக்கடி ஒளிவுமறைவு வேண்டாம்னு உங்கிட்டே முட்டிக்கிட்டேன். கேட்டியா?

சீதாநாத்: (பித்துப் பிடித்தவன்போல்) நீங்க முட்டிக்கிட்டீங்களா? வெட்கமில்லாம திருடிட்டு ஜெயிலுக்கும் போனீங்க. பொண்டாட்டியைக் கொன்னீங்க. மகளைக் கொன்னீங்க. ரெண்டாவது மகளை நட்டாத்திலே தள்ளினீங்க. உருப்படியா இருக்கற ஒரே மகளைக் காப்பதற்காக நான் இத்தனை நாளா... பெரிசா... இவருக்கு ஒளிவு மறைவு வேண்டாமாம்.

[கிழவர் உடம்பில் இது எதுவும் உறைக்கவில்லை. அவர் முகத்தில் கொடூரம் அதிகரிக்கிறது.]

கிழவர்: ஏன் மூக்குக்கு மேலே கோபம் வருது உனக்கு?

சீதாநாத்: கையிலே ஒரு செப்புக் காசுகூட இல்ல. ஒரு பைசா இல்ல. நிலமும் போயிடிச்சு. கேக்கும் போதெல்லாம் உங்களுக்குப் பணம் கொடுத் திருக்கேன். நீங்க செத்துடுவீங்கன்னு ஆசைப் பட்டேன். செத்து எங்களைக் காப்பாத்து வீங்கன்னு நினைச்சேன். கொணாவுக்கு ஒண் ணும் தெரிய வேண்டாம்னு பார்த்தேன். முடி யலை. எல்லாம் தெரிஞ்சு போச்சு. மகள்கிட்ட உங்க முகத்தைக் காட்ட இப்ப நீங்க வந்திருக் கிங்க.

கிழவர்: இல்ல. அதுக்காக வரலை. நான் பத்து ரூபாய்க்காக மட்டும்...

சீதாநாத்: *(அதைக் காதில் வாங்கிக்கொள்ளாமல்)*

மகள்கிட்டே சொல்ல வந்திருக்கீங்க - இதோ பாரு நான் சாகலை. ஆஸ்பத்திரியிலே நெருப் புப் பிடிச்சு கௌரவமான முறையிலே சாகலை. ஆஸ்பத்திரிக்கும் போகலை. ஜெயிலுக்குப் போயிருந்தேன். திருடிட்டு ஜெயிலுக்குப் போயிருந்தேன். ஜெயில்லேர்ந்து வெளிலே வந்து போதை மருந்து சாப்பிடறேன். சூதாட றேன். எல்லாம் உன்னோட காசுலேதான், உன்னோட வீட்டுக்காரன் பொய் சொல்லி இதையெல்லாம் மறைச்சு வச்சிருக்கான். எனக்குப் பணம் கொடுத்துக்கொடுத்து அவன் ஓட்டாண்டி ஆயிட்டான்.

கிழவர்: கொணாகிட்டே நான் ஒண்ணும் சொல்ல மாட்டேன். ஒண்ணுமே அவளுக்குச் சொல்ல மாட்டேன். நீ ஒரு பத்து ரூபாய்...

சீதாநாத்: பணமா? சல்லிக் காசு எங்கிட்ட கிடையாது. வெளியே போங்க!

கிழவர்: அப்ப நாளைக்கே ஆபீசுக்கு வர்றேன். பாங்க் லேர்ந்து எடுத்துக் கொடு.

சீதாநாத்: பாங்க்லேர்ந்தா!

கிழவர்: பாங்கிலேயும் இல்லையா? நிசமாத்தான் சொல்றயா?

சீதாராத்: நீங்க முதல்லே வெளியே போங்க.

[கிழவர் அவனைத் துருவுகிற பார்வையுடன் பார்க்கிறார். சீதாநாத் உண்மையைத்தான் சொல்கிறான் என்று அவருக்குப் புரிகிறது. அதன் பின் குள்ளநரியைப் போல் சிரிக்கிறார்.]

கிழவர்: அப்ப ரெண்டாவது மகள் வீட்டுக்குத்தான் போகணும். என்ன சொல்றே நீ?

சீதாநாத்: (திகைத்து) நீங்க... உங்களுக்குக் கொஞ்சங்கூட வெக்கமே கிடையாதா?

கிழவர்: தள்ளாத வயசிலே, இல்லாமையினாலே மகள் மருமகன்கிட்டே கை நீட்டறதிலே என்ன வெக்கம்?

சீதாநாத்: மருமகன்! ஹூம்!

கிழவர்: மருமகனைவிட. எவ்வளவோ மேல். பணம் காசு நிறைய இருக்கு. வீணா, கொணாவை விட புத்திசாலி. (சீதாநாத் பேச்சிழந்து நிற்கிறான்.) உன்கிட்டே பணமெல்லாம் தீர்ந்து போச்சு. இனிமே கொணா உன்னைச் சரியாப் புரிஞ்சிப்பா.

சீதாநாத்: (கூச்சலிட்டு) வாயை மூடுங்க. பொய்யன்! திருடன்! பிசாசு!

கிழவர்: உண்மையும் பொய்யும் சீக்கிரமே தெரிஞ்சுப்பே. இப்ப அந்தப் பேச்செல்லாம் கிடக்கட்டும். ஒரு அஞ்சு ரூபாயாவது தேடித் தர முடியாதா? வாங்கிக்கிட்டு நான் போயிடறேன். (சீதாநாத் ஒன்றும் பேசாமல் அவரைப் பார்த்துக்கொண்டிருக்கிறான்.) இல்லையா?

[கிழவர் மெல்ல நன்றாக நாலு பக்கமும் பார்க்கிறார், புத்தக அலமாரியில் விலை மதிப்புள்ளது என்று தோன்றிய புத்தகத்தைக் கையில் எடுத்துக்கொள்கிறார்.]

அப்ப என்ன செய்யிறது? இதை வித்து என்ன கிடைக்கும்னு பாக்கறேன்.

[சரியாக இந்தச் சமயம் கொணா உள்ளே நுழைகிறாள். ஒரு நொடியில் கிழவர் திரும்பி நின்றுகொள்கிறார். கொணா கிழவரை ஒருமுறை பார்க்கிறாள். ஆனால், சரியாகக் கவனிக்கும் மனநிலையில் அவள் இல்லை. ஒன்றும் பேசாமல் உள்ளே செல்கிறாள். ஓரக்கண்ணால் இதைக் கவனித்துவிட்டுக் கிழவர் சீதாநாத்தைப் பார்த்துச் சிரிக்கிறார். உதட்டில் ஆள்காட்டி விரலை வைத்துப் பேசாமலிருக்கும்படி சைகை காட்டுகிறார். அதன் பின் கையிலிருந்த பொருளை சீதாநாத்திடம் காட்டிவிட்டு வேட்டிக்குள் மறைத்துக்கொண்டு வெளியேறுகிறார். ஒரு வினாடிக்குப் பின் கொணா வருகிறாள் தோளில் ஒரு துணிப்பை. தாறுமாறாகச் சில துணிகள் அதனுள் திணிக்கப்பட்டிருக்கின்றன.]

சீதாநாத்: எங்கே கிளம்பறே?

கொணா: போயிடப் போறேன்.

சீதாநாத்: போயிடப் போறயா? எங்கே?

கொணா: அது உங்களுக்குத் தெரிஞ்சு என்ன ஆவணும்?

சீதாநாத்: கொணா, உனக்கு நிலமும் வீடும்தான் எல்லாத்தையும்விடப் பெரிசா? நான் உனக்கு ஒண்ணுமே இல்லையா?

கொணா: (கொஞ்சம் தயங்கி) நீங்களா? நீங்கதான் எனக்கு எல்லாமாக இருந்தீங்க. ஆனா, நீங்களே எல்லாத்தையும் தொலைச்சிட்டீங்க.

சீதாநாத்: ஆனா, நான் இருக்கேனே கொணா!

கொணா: இல்ல! இல்ல! நீங்களும் எனக்கு இல்ல. பொய் சொல்லி, திருடி, நீங்களும் நாசமாப் போயிட்டீங்க. நிலம், வீடு, நீங்க எல்லாம் போயிடிச்சு. எல்...லாம்.

சீதாநாத்: நீ எங்கே போறே?

கொணா: தெரிஞ்சுக்கணுமா? தெரிஞ்சுக்கிட்டா கசக்காதா?

சீதாநாத்: சொல்லு.

கொணா: சின்ன அக்கா போன வழியிலே.

சீதாநாத்: கொணா!

கொணா: நிஜமாத்தான் சொல்றேன். அதுதான் எனக்கு வழி. அதுதான் சரியான வழி. நீங்க பொய்.

சீதாநாத்: கொணா... நீ...

கொணா: மேலே பேசாதீங்க. நீங்க பேசறதுக்கு ஒண்ணும் இல்ல. நீங்க உங்க வழியைப் பார்த்துக்கிட்டுப் போங்க. என்னை என்னோட வழியிலே விடுங்க. எங்களோட வழி. சின்ன அக்காவுக்கும் எனக்கும் இருக்கற வழி.

சீதாநாத்: சின்ன அக்கா வீட்டிலேயா நீ...

கொணா: சின்ன அக்கா வீட்டிலேன்னு சொல்லல. அவளோட வழிலேன்னு சொன்னேன்.

சீதாநாத்: சொல்றதை ஒழுங்காச் சொல்லு. நீ என்ன சொல்லவர்ற?

கொணா: (சிறிது நேரம் அவனைப் பார்த்துக்கொண்டு இருந்துவிட்டு) பின்னாலே உங்களுக்குத் தெரிய வரும். இருந்தாலும் இப்ப தெரிஞ்சிக்கணும்னு ஆசைப்பட்டா செல்றேன். கேட்டுக்கோங்க. நான் நிகில்கிட்டே போறேன்.

சீதாநாத்: (அவள் சொன்னது புரியாததுபோல்) நிகில்?

கொணா: ஆமா. நிகில்கிட்டேதான். உங்க பணக்கார ஃப்ரண்ட் நிகில். எல்லாம் தெரிஞ்சுதான் போறேன் எனக்கு நீங்க எதுவும் புரியவைக்க முயற்சிக்க வேண்டாம்.

சீதாநாத்: நிகில்!

கொணா: நிகில் எப்பவாவது அவசியம் வந்தா அவர் கிட்டே வரச் சொல்லியிருக்கார்.

[சீதாநாத் திகைத்து நிற்கிறான். அவன் மூளைக் குள் எதுவுமே உறைக்கவில்லைபோல் இருக் கிறது.]

சீதாநாத்: நிகில்!

[கொணா கதவருகில் செல்கிறாள். சீதாநாத் துக்கு ஒன்றுமே புரியவில்லை போலிருக்கிறது. கொணா அவன் பக்கம் திரும்பி நிற்கிறாள்.]

கொணா: இந்த நிலைமையிலேகூடப் போயிருக்க மாட் டேன். நீங்க எனக்கு இல்ல, இருந்தாக்கூட அப்பா உயிரோட இருந்திருந்தா போயிருக்க மாட்டேன். உங்களை - ஒரு பொய்யனை

- கட்டிக்கிட்டுக் காலத்தைக் கழிச்சிருப்பேன். அப்பாகிட்ட நம்ம கௌரவத்தைக் காப்பாத் தறத்துக்காகத்தான். வேறென்ன? இப்ப அப்பா இல்ல. இனிமே எனக்கு எதுக்கு வெட்கம் மானமெல்லாம்?

[கொணா போகிறாள். சீதாநாத் திக்பிரமை யுடன் உட்கார்ந்திருக்கிறான். பிறகு எழுந்திருக் கிறான். வெறித்த பார்வையுடன் அறையைச் சுற்றி வருகிறான், அதன் பின் மேலே பார்க் கிறான். அவன் பார்வை விட்டத்தில் ஏதோ தேடுவதுபோல் இருக்கிறது. ஹிப்னாட்டிசம் செய்யப்பட்டவன்போல் நடந்து சமைய லறைக்குச் செல்கிறான். வெளியே வருகிறான். கையில் ஒரு பெரிய கயிற்றுச் சுருள். கயிற்றைக் கையில் வைத்துக்கொண்டு மீண்டும் விட்டத் தைப் பார்க்கிறான். திரை மெல்ல விழுகிறது.]

இரண்டாம் அங்கம்

[வசந்தி கதையைப் படித்துக்காட்டுகிறாள். ஷரதிந்து சாய்ந்து உட்கார்ந்தவாறு கேட்டுக் கொண்டிருக்கிறான்.]

வசந்தி: கொணா போய் விடுகிறாள். மாடிப் படியில் அவளுடைய காலடிச் சத்தம் தேய்ந்துகொண்டே வந்து மற்ற சத்தங்களுடன் கலந்துவிடுகிறது. சீதாநாத் திக்பிரமையுடன் உட்கார்ந்திருக் கிறான். ஐந்து நிமிஷங்கள். பத்து நிமிஷங்கள். இப்படி எத்தனை நேரமோ? கொஞ்ச நேர மாக இருக்கலாம். சமையலறையின் மூலையில் நீண்ட கயிறு சுருட்டப்பட்டு விழுந்து கிடக் கிறது. அன்று காலையில்தான் சீதாநாத் அதைக் கவனித்தான். கயிறு இப்போது அவன் கையில். அவன் எப்போது சமையலறைக்குப் போனான் என்று அவனுக்கே தெரியாது. எப்போது கயிற்றை எடுத்தான், எப்போது முன்னறைக்குத் திரும்பி வந்தான் எதுவுமே அவனுக்குத் தெரி யாது. கையில் கயிறு இருப்பது மட்டுமே அவ னுக்குத் தெரியும். உத்தரத்தில் ஒரு இரும்புக் கொக்கி இருப்பது தெரியும்.

[கதை முடிவடைகிறது. வசந்தி நோட்டை மூடிவிட்டு ஆவலுடன் ஷரதிந்துவின் முகத் தைப் பார்க்கிறாள். ஷரதிந்து எழுந்திருக்கிறான்.

கண்ணாடியைக் கழட்டித் துடைத்து மீண்டும் அணிந்துகொள்கிறான்.]

ஷரதிந்து: ம்?

வசந்தி: ஒண்ணுமே சொல்ல மாட்டீங்களா?

ஷரதிந்து: உன்னோட பத்திரிகை ஆசிரியரா இருந்தா...

வசந்தி: பத்திரிகை ஆசிரியரோட கருத்து கிடக்கட்டும். நீங்க உங்களோட கருத்தைச் சொல்லுங்க.

ஷரதிந்து: கதை கொஞ்சம் டிராமாடிக்கா அமைஞ்சிடிச்சு வசந்தி. இல்ல?

வசந்தி: அந்தத் தற்கொலைதானே டிராமாடிக்கா இருக்கு?

ஷரதிந்து: ஆமா. அப்படிச் சொல்லலாம். உன்னோட கதையிலே சில இடங்கள் செயற்கையாகவும் இருக்கு.

வசந்தி: உதாரணமா?

ஷரதிந்து: அதான், ஒரு பொய்யை மறைக்க சீதாநாத் ஓட்டாண்டியாப் போறது. இது நடக்கக்கூடியதா? நார்மலா இருக்கறவன் செய்யக்கூடியதா இது?

வசந்தி: நார்மலா இருக்கறவன் தற்கொலைகூடத்தான் செய்துக்கறதில்லை.

ஷரதிந்து: ஆனா சீதாநாத் நார்மலானவன் இல்லன்னு நீ ஒரு இடத்திலேகூடக் காட்டலே.

வசந்தி: அது சரிதான்.

ஷரதிந்து: அதுவுமில்லாம அத்தனை நாள் தன் பொண்டாட்டிகிட்டே அத்தனை பெரிய விஷயத்தை மறைச்சு வைக்க முடியுமா?

வசந்தி: அது எப்படிச் சொல்ல முடியும்? உங்களால முடியாதுன்னு வேணும்னா சொல்றேன்.

ஷரதிந்து: அது போகட்டும். என்னத்துக்கு மறைச்சு வைக்கணும்? கொணாவுக்காக மட்டுமா?

வசந்தி: 'கொணாவுக்காக மட்டுமா'ன்னு ஏன் கேக்கறீங்க? கொணாவைத் தவிர சீதாநாத்தோட உலகத்திலே வேற யாருமே இல்லன்னு வச்சிகிட்டு எழுதியிருக்கேன்.

ஷரதிந்து: ஆனா கடைசியிலே கொணாவும் போயிடறா. அப்படித்தானே?

வசந்தி: ஆமாம். ஏன் இந்த மாதிரி நடக்க முடியாதா? அது நடக்கலாம். ஆமா, கொணா, நிகில்கிட்டே போவது பணத்துக்காகவா இல்ல அவள் நிகிலை உன்மையிலேயே விரும்பினாள்ங்கற காரணத்துக்காகவா?

வசந்தி: சொல்லப்போனா கொணா ஒருத்தரையுமே உண்மையிலே விரும்பலை. நிகிலையும் விரும்பலை. சீதாநாத்தையும் விரும்பலை. சின்ன வயசுலே ரொம்பவும் கஷ்டப்பட்டதினாலே தரித்திரத்திலேர்ந்து விடுபடணும்னு ஒரு வெறி மட்டும் அவளுக்கு இருந்தது. பணத்தாசைன்னு சொல்ல முடியாது. நிம்மதியான, கவலையில்லாத நிழல் வேணுங்கற ஆசை.

ஷரதிந்து: காரணம் எத்தனை வேணும்னாலும் சொல்லலாம். ஆனா...

வசந்தி: ஆனா, கதை உங்களுக்குப் பிடிக்கலை. அதானே?

ஷரதிந்து: இல்ல, இல்ல. அப்படி ஏன் எடுத்துக்கறே? நானா இருந்தா இந்த விஷயத்தை வேற விதமாப் பாத்திருப்பேன்.

வசந்தி: எப்படிப் பாத்திருப்பீங்க?

ஷரதிந்து: என்னோட அபிப்ராயத்திலே யாராவது தற்கொலை செய்துகிட்டா அவன் மனசிலே எங்கேயோ அப்நார்மல்ஸி இருக்குன்னு அர்த்தம். ரொம்ப நாளா அது அவன் மனசிலே இருக்கணும். அதாவது அவன் மனநோயாளின்னு சொல்லலாம்.

வசந்தி: திடீர்னு பெரிய ஷாக் ஏற்பட்டிடுச்சுன்னா நார்மலா இருக்கறவன் தற்கொலை செஞ்சுக்க மாட்டானா?

ஷரதிந்து: செஞ்சுக்கலாம். ஆனா அந்த மாதிரி நான் விஷயத்தைப் பாக்கலை. குறிப்பிட்டுச் சொன்னா இந்த இடத்திலே...

வசந்தி: அப்ப, நிச்சயமா உங்க மனசிலே ஏதோ ஐடியா வந்திருக்கு.

ஷரதிந்து: (சிரித்துக்கொண்டே) உண்மையைச் சொல்ற துக்கு என்ன? காலைலேர்ந்து இதைப் பத்தித்தான் மண்டையை உடைச்சுக்கிட்டிருக்கேன். ஒரு வார்த்தைகூடக் கட்டுரை எழுதலை. சீதாநாத்தை மனசிலேர்ந்து விரட்டி அடிக்க முடியலை.

வசந்தி: என்ன யோசனை செய்தீங்க?

ஷரதிந்து: வச்சுக்கோயேன், சீதாநாத்...

வசந்தி: இருங்க. சொல்ல வேண்டாம். எழுதுங்க.

ஷரதிந்து: எழுதணுமா? என்னாலே என்ன கதை எழுத முடியாதா?

வசந்தி: நல்லாவே முடியும். என்ன முடியுமோ அதை எழுதுங்க.

ஷரதிந்து: சரித்தான் போ!

[வசந்தி ஷரதிந்துவின் கையில் காகிதங்களைத் திணிக்கிறாள்.]

வசந்தி: எழுதுங்க, எழுதுங்க. நீங்க நினைக்கறபடி எழுதினா இன்னும் நல்ல கதை கிடைக்கலாம்.

ஷரதிந்து: நான் கதையைச் சொல்றேன், கேளேன்.

வசந்தி: சொன்னா சரிப்படாது. எழுதினாத்தான் நல்லா யோசனை செய்ய முடியும். எழுதுங்களேன். ஏன் இப்படிப் பிடிவாதம் பிடிக்கிறீங்க?

ஷரதிந்து: இப்பவேவா?

வசந்தி: ஆமா. இப்பவேதான்.

ஷரதிந்து: மணிபாபு வீட்டுக்குப் போகணும்னு சொன்னயே?

வசந்தி: அது சாயங்காலந்தானே? அதுக்கு ரொம்ப நேரம் இருக்கு. அங்கே நாளைக்கு வேணும்னாலும் போகலாம். எழுதுங்க. எழுதுங்க.

ஷரதிந்து: நீ என்ன செய்யப் போறே?

வசந்தி: எனக்கு ஒரு வண்டி வேலை இருக்கு. காலைலே கதை எழுத உக்கார்ந்ததுனாலே ஒரு வேலையும் ஆகலை. கொசுவலை, போர்வை எல்லாத்தையும் தோய்க்கணும். வீட்டைச் சுத்தம் செய்யணும். தையல் வேலை இருக்கு. எத்தனை வேலை!

[வசந்தி உள்ளே போகிறாள். ஷரதிந்து சிறிது யோசிக்கிறான். பின்பு காகிதங்களைப் போட்டு விட்டு எழுந்திருக்கிறான்.]

ஷரதிந்து: சட்! யார் இப்ப எழுதுவாங்க? ஏய் வசந்தி!

[வசந்தி பதில் கொடுக்கவில்லை.]

காதிலே விழலையா? வசந்தி!

[அப்போதும் பதில் இல்லை. ஷரதிந்து மெல்ல மேஜைக்குத் திரும்புகிறான். ஏதோ யோசனை செய்கிறான். ஒரு புத்தகத்தைக் கையில் எடுத்து பின் கீழே வைக்கிறான். அறைக்குள் இப்படியும் அப்படியும் நடக்கிறான். அதன் பின் சட்டென்று உட்கார்ந்து எழுதத் தொடங்குகிறான். மேடையில் ஒளி மெல்லமெல்ல மங்கத் தொடங்குகிறது. இருளில் ஷரதிந்து மேடையை விட்டு அகலுகிறான். வெற்று மேடையில் மீண்டும் ஒளி பரவுகிறது. யாரோ கதவைத் தட்டும் ஓசை. கொணா சமையலறையிலிருந்து கையைத் துடைத்துக்கொண்டே வெளியே வந்து கதவைத் திறக்கிறாள். விஜய் உள்ளே வருகிறான்.]

கொணா: என்ன விஷயம்? ஆளையே காணுமே?

விஜய்: *(சிரித்துக்கொண்டே)* ரெண்டு நாளாத்தானே வரலை?

கொணா: இருந்துஇருந்து இந்த ரெண்டு நாளா வராம இருக்கணுமா?

விஜய்: ஏன் ? என்ன ஆச்சு?

கொணா: ஒண்ணும் இல்ல. உக்காருங்க.

விஜய்: சீதாநாத் எங்கே?

கொணா: குளிக்கப் போயிருக்கார். உக்காருங்க.

விஜய்: 'இருந்துஇருந்து இந்த ரெண்டு நாள்'னு ஏன் சொன்னே?

கொணா: இந்த ரெண்டு நாளா ஒண்ணும் சரியில்லை.

விஜய்: என்ன ஆச்சு? உடம்பு சரியில்லையா?

கொணா: இல்ல. உடம்பு சரியாத்தான் இருக்கு. என்னவோ ரொம்ப அன்ரெஸ்டா இருக்கார்.

விஜய்: (சிறிது நேரம் பேசாமலிருந்துவிட்டு) முன்னே மாதிரியா?

கொணா: இல்ல. அவ்வளவு இல்ல இப்ப. இருந்தாலும்... (நிறுத்துகிறாள்)

விஜய்: என்ன நடந்ததுன்னு தெரியுமா?

கொணா: தெரியாது. முந்தாநாள் ஸ்கூல்லேர்ந்து ஒரு புஸ்தகம் எடுத்துக்கிட்டு வந்தார். ராத்திரி ரொம்ப நேரம்வரைக்கும் அதைப் படிச்சுக் கிட்டு இருந்தார். அதுக்கப்புறம் ரொம்ப அன் ரெஸ்டா இருந்தார். அப்புறம் அன்னிக்கு ராத்திரி அவர் தூங்கவே இல்லன்னு சொல்ல லாம். நேத்திக்குக்கூட அப்படித்தான்.

விஜய்: அது என்ன புஸ்தகம்?

கொணா: தெரியாது. எங்கிட்டே காட்ட அவர் விரும் பலை. மறைச்சு வேறே வைச்சிருந்தார். நானும் தெரிஞ்சிக்கணும்னு விரும்பலை.

விஜய்: வீட்டிலே அந்தப் புஸ்தகம் இருக்கா?

கொணா: (சிறிது தயங்கி) அதானே விஷயம்.

விஜய்: என்ன விஷயம்?

கொணா: நடுராத்திரிலே எனக்கு முழிப்பு வந்தது. பார்த்தா இவர் ரூம்லே இல்ல. சமையலறை யிலேர்ந்து சத்தம் வந்தது. சமையலறைக்கு வந்து பார்த்தா புஸ்தகத்தப் பக்கம்பக்கமாக் கிழிச்சு நெருப்பிலே போட்டுக்கிட்டிருந்தார். என்னோட காலடிச் சத்தம் கேட்டுத் திரும்பிப் பார்த்தார். அந்தப் பார்வையிலே நான் பயந்தே போயிட்டேன்.

விஜய்: நீ ஒண்ணும் கேக்கலையா?

கொணா: எனக்குத் தைரியம் இல்ல. என்னை ஒரு தடவை பாத்துட்டு மறுபடியும் மும்முரமாப் பக்கம்பக்கமா நெருப்பிலே கிழிச்சுப் போட ஆரம்பிச்சாரு. முகத்தை நிமிர்த்தாமலேயே 'போ, போய்ப் படுத்துத் தூங்கு. நான் இப்ப வந்திடறேன்'ன்னார்.

விஜய்: அப்புறம்?

கொணா: நேத்து சாயங்காலம் முழுக்க வீட்டுக்குள்ளேயே உலாத்திக்கிட்டேயிருந்தார். சில தடவை 'விஜய் ஏன் வரலைன்னு' கேட்டார். உண்மை யிலேயே உங்க மேலே எனக்கு நேத்திக்கு எவ்வளவு கோபம் தெரியுமா? நீங்க வந்தா தான் பிழைப்பேன்னு நினைச்சேன்.

விஜய்: எனக்கு இங்கே வர முடியாம தடங்கல் வந்தி டுச்சு.

கொணா: நேத்து ராத்திரி முழுக்கவும்... (நிறுத்தி விடு கிறாள்)

விஜய்: என்ன தூங்கலையா?

கொணா: இல்ல, தூங்கினார். கொஞ்ச நேரந்தான் தூங் கினார். ஆனா...

விஜய்: தூக்கத்திலே உளறினானா மறுபடியும்?

கொணா: ஆமா?

விஜய்: என்ன உளறினான்?

கொணா: எனக்கு முக்கால்வாசி புரியலை.

விஜய்: புரிஞ்சவரைக்கும் சொல்லேன்.

கொணா: ஏதோ கன்னாபின்னா பேச்சு.

விஜய்: (சிறிது நிறுத்தி) கொணா!

கொணா: என்ன?

விஜய்: சீதாநாத் தூக்கத்திலே உளறினான்னது உனக்குப் பயமா இருக்கு இல்லையா? ஆனா என்ன உளறினான்னு ஏன் என்கிட்டே மறைக்கிறே?

கொணா: அதான் சொன்னேனே....

விஜய்: எதையோ நீ மறைக்கப் பாக்கறேன்னு எனக்குப் படுது.

கொணா: என்னை நம்புங்க, விஜய்.

விஜய்: ஆனா, நான் ஏன் தெரிஞ்சுக்க விரும்பறேன்னு உனக்குத் தெரியுமா?

[கொணா ஒன்றும் சொல்லவில்லை.]

சீதாநாத்தோட ஸ்டூடண்ஸ், கூட வேலை பாக்கறவங்க, ஃப்ரண்ட்ஸ் எல்லாரும் அவனை ரொம்ப விரும்பறாங்க. அவன்கிட்டே மரியாதையா இருக்காங்க. எத்தனையோ பேர் அவனைக் கடவுளாகவே நினைக்கிறாங்க. உனக்கும் எனக்கும்தான் அவன் ஒரு நோயாளின்னு தெரியும்.

கொணா: இதை ஒரு நோய்ன்னு சொல்ல முடியுமா?

விஜய்: இதை நோய்ன்னு சொல்ல முடியாதுன்னா பின்னே ஏன் பயப்படறே? (கொணா ஒன்றும் பேசவில்லை.) நாலஞ்சு நாளாகவே பாக்கறேன், சீதாநாத் ஏதோ வேற ஒரு உலகத்திலே இருக்கற மாதிரி இருக்கான். ஏதாவது பேசினா பதில் கிடையாது. எப்பவுமே மனசு எங்கேயோ இருக்கு. ராத்திரியிலே தூக்கம் இல்லன்னு நீ தானே சொன்னே. கொஞ்ச நேரம் தூங்கினாலும் உளறுறான். இதையும் நீ தான் சொன்னே. தூக்கத்திலே என்ன உளறினான்னு உன்னாலே சொல்ல முடியலை.

கொணா: (பலவீனமாக) அதான் சொன்னேனே...

விஜய்: நீ முழுக்க சொல்லல. நீ முழுக்க சொல்லலன்னு எனக்கு அப்பவே புரிஞ்சு போச்சு. ஆனா, சொல்லும்படியா இருந்தா நீயே சொல்லியிருப்பேன்னுதான் நான் உன்னை ஒண்ணும் கேக்கலை.

கொணா: விஜய் என்னை நம்புங்க. உங்ககிட்டே ஒரு விஷயமும் மறைக்கல. அவர் உளறல்லே ஒரு அர்த்தமும் இல்ல... ஏதேதோ பேர், துண்டு துண்டா விஷயம்... இதுக்கெல்லாம் ஒரு அர்த்தமும் இல்ல.

விஜய்: என்னென்ன பேர்? என்னென்ன விஷயம்?

கொணா: ஏதோ ஒரு ஊரோட பேர். இல்லன்னா...

விஜய்: சம்பல்கட்டா?

கொணா: (திடுக்கிட்டு) உங்களுக்கு எப்படித் தெரிஞ்சுது?

விஜய்: கொணா, சம்பல்கட்லே என்ன நடந்தது?

கொணா: சம்பல்கட் விஷயம் உங்களுக்கு எப்படித் தெரிஞ்சது?

விஜய்: எனக்கு எப்படியோ தெரியும்.

கொணா: (கூர்ந்து கேட்டு) அவர் குளிச்சிட்டு வந்திட்டார். (உரக்க) என்னங்க, கேட்டீங்களா?

சீதாநாத்: என்ன?

கொணா: விஜய் அண்ணா வந்திருக்கார்.

சீதாநாத்: (உள்ளே இருந்து) இதோ வந்திட்டேன்.

கொணா: (விஜய்யிடம்) செஸ்போர்ட் கொண்டு வரட்டுமா?

விஜய்: வேண்டாம். சரி கொடு.

[கொணா செஸ்போர்டும் காய்களும் கொண்டு வந்து தருகிறாள். விஜய் ஏதோ யோசனை யுடன் போர்டில் காய்களை வைக்கிறான்.]

கொணா: நான் சமையலைக் கவனிக்கப் போறேன். டீ இப்பத் தரட்டுமா, கொஞ்ச நேரத்துக்கப்பறம் தரட்டுமா?

விஜய்: அப்புறமா தா.

[கொணா சமையலறைக்குப் போகிறாள். சீதா நாத் வருகிறான். அவனுடைய கண்கள் இரண் டும் பளபளவென்றிருக்கின்றன. முகம் இறுகி யிருக்கிறது. கண்கள் இரண்டும் வெளி உல கத்தைவிட்டு அகன்று மனதிற்குள்ளேயே ஏதோ தேடுவதுபோல் இருக்கிறது.]

சீதாநாத்: (ஏதோ நினைவுடன்) ரொம்ப நாளா வரலையே நீ?

விஜய்: எத்தனை நாளா?

சீதாநாத்: நாலஞ்சு நாள் இருக்கும்.

விஜய்: ரெண்டு நாளாத்தான் நான் வரலை. நேத்திக்கும் முந்தா நாளும்.

சீதாநாத்: ரெண்டு நாள்தானா ? எனக்கு இன்னும் அதிகம் இருக்கும்னு தோணிச்சு.

[சீதாநாத் தான் என்ன பேசுகிறோம் என்ற நினைவே இல்லாமல் பேசுகிறான். விரல்கள் செஸ் காய்களை ஆட்டிக்கொண்டிருக்கின் றனவே தவிர நகர்த்தவில்லை. விஜய் சீதா நாத்தைக் கவனிக்கிறான்.]

விஜய்: (மெல்ல) ஸ்கூல்லே ஏதாவது நடந்ததா?

சீதாநாத்: ம்? ஆமா.

விஜய்: என்ன?

சீதாநாத்: (பெருமூச்சு விட்டு) ஒரு ஸ்டூடண்டை ஸ்கூலை விட்டு அனுப்பற மாதிரி ஆயிடிச்சு.

விஜய்: அவன் என்ன செஞ்சான்?

[சீதாநாத்தின் பார்வை ஒரு விநாடி விஜய்யின் பக்கம் திரும்புகிறது.]

சீதாநாத்: அவன் செஞ்ச காரியத்துக்கு ஸ்கூல்லேர்ந்து அனுப்பினது எல்லாத்தையும்விடக் குறைஞ்ச தண்டனை. சொல்லப்போனா அவனை விளக்குக் கம்பத்துலே கட்டி வைச்சு சாட்டையாலே அடிச்சிருக்கணும்.

விஜய்: சீதாநாத்!

சீதாநாத்: என்ன?

விஜய்: ஒண்ணும் இல்ல. நீ இந்த மாதிரி பேசி நான் கேட்டதில்லை. நீ எப்பவும் யார் மேலேயும் கை வச்சதில்லையே?

[சீதாநாத்தின் கைகள் சட்டென்று நாலைந்து காய்களை போர்டின் மீது உருட்டித் தள்ளுகின்றன. சீதாநாத் நாற்காலியைவிட்டு எழுந்திருக்கிறான், நிலைகொள்ளாமல் நடந்து விஜய்க்கு முதுகைக் காட்டிக்கொண்டு நிற்கிறான்.]

அவன் என்ன பண்ணினான்?

சீதாநாத்: கிளாஸ்லே - என்னோட கிளாஸ்லே ஒரு புஸ்தகத்தை மறைச்சு வச்சி படிச்சிக்கிட்டிருந்தான். கீழ்த்தரமான புஸ்தகம்.

விஜய்: கீழ்த்தரமான புஸ்தகம்னா? ஆபாசப் புஸ்தகமா?

சீதாநாத்: (மிகவும் அழுத்தந்திருத்தமாக) ஆமா. ஆபாசப் புஸ்தகம்தான். இப்பதான் எல்லாக் கடையிலேயும் நம்ப கவர்ன் மெண்ட்டோட தயவுலே கிடைக்குதே!

[விஜய் கேள்விக்குறியுடன் பார்க்கிறான். யாரோ கதவைத் தட்டும் ஓசை கேட் கிறது.]

(உரத்த குரலில்) கதவு திறந்துதான் இருக்கு.

[கதவைத் திறந்துகொண்டு பிதுபூஷண் பாபு உள்ளே வருகிறார். அவருக்குக் கிட்டத்தட்ட அறுபது வயதிருக்கும்.]

என்ன இது? நீங்களா? நீங்க இங்கே...

பிதுபூஷண் பாபு: ஏன், வரக் கூடாதா?

சீதாநாத்: எனக்குச் சொல்லி அனுப்பியிருந்தா நானே வந்திருப்பேனே.

பிதுபூஷண் பாபு: வேண்டாம்னுதான் நானே வந்தேன். அதனாலே என்ன இப்ப? எனக்கு ஒண்ணும் தள்ளாமை இல்லையே.

சீதாநாத்: உக்காருங்க. இவர் ஸ்கூல்ல என்கூடப் படிச்ச ஃப்ரண்ட் விஜய் சென்குப்தா. இவர் எங்க ஸ்கூல் செக்ரட்டரி பிது பூஷண் பாபு.

பிதுபூஷண் பாபு: (சிரித்துக்கொண்டே) நமக்குள்ளே இருக்கற இன்னொரு உறவைச் சொல்லு வேன்னு நினைச்சேன். (விஜய்யிடம்) சீதாநாத் என்னோட ஸ்டூடண்ட். காலேஜ்லே எங்கிட்டப் படிச்சான்.

சீதாநாத்: (உணர்ச்சியற்ற வறண்ட குரலில்) நீங்க எதுக்கு வந்திருக்கீங்கன்னு எனக்குத் தெரியும்.

பிதுபூஷண் பாபு: (சிரித்துக்கொண்டே) அதனாலேதான் ஸ்கூல் செக்ரட்டரின்னு அறிமுகம் செஞ்சியா?

சீதாநாத்: நீங்க என்னைக் கூப்பிட்டனுப்புவீங் கன்னு காத்துக்கிட்டிருந்தேன். நான் தயாரா இருந்தேன். நீங்களே ஏன் வந்தீங்க?

பிதுபூஷண் பாபு: இதிலே என்ன நஷ்டம் இப்ப?

சீதாநாத்: நஷ்டம் இருக்கு. நஷ்டம் எனக்குத் தான், கூப்பிட்டனுப்பியிருந்தா எனக்கு ரொம்ப சௌகரியமா இருந்திருக்கும்.

[சீதாநாத் அறையின் மறுபக்கம் சென்று முதுகைக் காட்டிக்கொண்டு நிற்கிறான். அவன் தன்னைத் தானே கட்டுப்படுத்திக் கொள்கிறான்.]

பிதுபூஷண் பாபு: சீதாநாத் நீ என் ஸ்டூடண்டா இருந்த நாள்லேர்ந்து உன்மேலே எனக்கு எவ் வளவு அக்கறை, உன்னை நான் எவ் வளவு நம்பறேன்னு உனக்கு நல்லா தெரியும். உன்னோட...

சீதாநாத்: (சட்டென்று முரட்டுத்தனமான குர லில்) நீங்க ஸ்கூல் செக்ரட்டரிங்கற முறையிலே பேசுங்க, நான் ஹெட் மாஸ்டர்ங்கற முறையிலே பதில் சொல் றேன்.

விஜய்: சீதாநாத்!

[சீதாநாத்தின் சுயக்கட்டுப்பாடு விஜய்யின் கத்தலில் உடைந்துபோகிறது.]

சீதாநாத்: (கூச்சலாக) விஜய் நீ வாயை மூடு! எங்களுக்கு நடுவிலே நீ மூக்கை நுழைக்காதே!

[சிறிது மௌனம். பிதுபூஷண் மனம் புண்படுகிறது. ஆனால், அவருக்குச் சீதா நாத்தைப் புரியவில்லை என்று சொல்ல முடியாது.]

பிதுபூஷண் பாபு: சரி, செக்ரட்டரிங்கற முறையிலே பேசறேன். அசோக் நல்ல ஸ்டூடண்ட். அடுத்தடுத்து ரெண்டு வருஷம் கிளாஸ்லே ஃபர்ஸ்ட் வந்திருக்கானே...

சீதாநாத்: அதனாலே அவன் பண்ணினது தப்பில்லன்னு ஆயிறாது.

பிதுபூஷன் பாபு: ஒத்துக்கறேன். ஆனால், தண்டனையைக் குறைக்கலாம் இல்லையா? இது அவனோட முதல் தப்பு...

சீதாநாத்: ஒருத்தன் செய்த கொலை முதல் குத்தமா இருந்தாலும் பல சமயங்கள்லே தூக்குத் தண்டனை கொடுக்கவேண்டி இருக்கு.

பிதுபூஷன் பாபு: ஆனா இது கொலை இல்லையே.

சீதாநாத்: அவனுக்குத் தூக்குத் தண்டனை கொடுக்கலையே. ஸ்கூல்லேர்ந்து வெளியே தள்ளிட்டோம். இந்த நெலமையிலே இதைவிடக் குறைஞ்ச தண்டனை தர முடியும்னு எனக்குத் தோணலை.

பிதுபூஷன் பாபு: ஸ்கூல்லேர்ந்து வெளியே தள்ளறதை விடப் பெரிய தண்டனை என்ன கொடுக்க முடியும்?

சீதாநாத்: கொடுக்க முடியாது. அவன் செஞ்ச தப்புக்கு ரொம்ப சாதாரண தண்டனை தான் கொடுத்திருக்கேன். அதனால தண்டனையைக் குறைக்கறதைப் பத்திப் பேச்சே இல்ல.

பிதுபூஷண் பாபு: சீதாநாத், நான் சொல்றதைக் கொஞ்சம் கேளு. அவன் கிளாஸ்லே ஒரு புஸ்தகம் படிச்சான்...

[சீதாநாத், சடாரென்று பிதுபூஷணின் பக்கம் திரும்புகிறான். அவன் கண்கள் அசாதாரணமாகப் பளபளக்கின்றன. கைகள் நடுங்குகின்றன.]

சீதாநாத்: ஏதோ ஒரு புஸ்தகம் இல்ல. ரொம்ப மட்டரகமான புஸ்தகம். கீழ்த்தரமான வருணனை. எஸ்ப்ளனேட்லே போலீ சுக்குத் தெரியாம விக்கறாங்களே கீழ்த்தரமான புஸ்தகங்க, அதெல்லாம் கூட இதோட ஒப்பிட்டுப் பாக்கறச்சே ரொம்ப உசந்ததுன்னு சொல்லணும், நீங்க அந்த புஸ்தகத்தப் படிச்சிருந்தா உங்களுக்குப் புரிஞ்சிருக்கும்.

பிதுபூஷண் பாபு: நான் அதைப் படிக்கலே. ஒத்துக்கறேன். ஆனா அந்தப் புஸ்தகத்த இலக்கியம்னு வெளிநாட்டிலே பல பேர் ஒத்துக்கிட்டிருக்காங்க. நம் நாட்டிலேகூட

ஸ்காலர் ஒருத்தர் இந்தப் புஸ்தகத் துலே சட்ட விரோதமா ஒண்ணும் இல் லன்னு சொல்லியிருக்கார்.

சீதாநாத்: அது நம்ப நாட்டோட போறாத காலம். இந்த மாதிரி பண்டிதர்கள்னாலேதான் இந்தப் புஸ்தகங்க ஓபன் மார்க்கெட்ல விக்குது. இந்த மாதிரி புஸ்தகங்களை யெல்லாம் வயசு வந்தவங்க படிச்சாலே கெடுதல். அசோக் மாதிரி பதினாலு பதினைஞ்சு வயசுப் பையன் படிக் கிறான். இல்ல சார். அசோக்கை வெளியே தள்ளறதைத் தவிர வேற வழி இல்ல.

பிதுபூஷண் பாபு: (மெல்ல) வெளியிலே ஓபன் மார்க் கெட்லே கிடைக்கிற புஸ்தகத்தப் படிச் சதுக்காக வீட்டுக்கு அனுப்பறது பெரிய தண்டனை சீதாநாத்.

சீதாநாத்: (கத்தலாக) எங்கே பார்த்தாலும் திருட்டு புரட்டு நடக்குது. லஞ்சலாவண்யம் விளையாடுது. அதுக்காக உங்க மகன் திருடினா தண்டனை கொடுக்க மாட் டீங்களா? அசோக் எனக்கு ஒண்ணுமே யில்லைன்னு நினைக்கிறீங்க இல் லையா? அசோக் சன்யால் ரெஜிஸ் டர்லே எழுதியிருக்கற ஒரு பேர். அதை அடிச்சிட்டா எனக்கு ஒண்ணும் இல் லைன்னு நினைக்கிறீங்க இல்லையா? (குரலை மாற்றிக்கொண்டு) இன்னிக்கி முழுக்க ஸ்கூல்லே நிலைமை ரொம்ப மூட்டமா இருந்தது. ஸ்டூடண்ட்ஸ்

பேசலை. டீச்சர்ஸ் ரூம்லே பேச்சு சிரிப்பு ஒண்ணுமில்ல. வேலைக்காரங்க சத்தமில்லாம அடிமேல் அடி வச்சு நடந்தாங்க. தர்வான் மரப் பொம்மை மாதிரி நின்னுகிட்டிருந்தான். இருந்தாலும் ஒரு டீச்சராவது ஒரு ஸ்டூடண்டாவது என்கிட்டே வந்து அசோக்கை ஸ்கூலைவிட்டு நீக்காதீங்கன்னு சொல்லலை. (மீண்டும் கத்தலாக) ஏன்னு உங்களுக்குத் தெரியுமா? அசோக்கை வெளியே தள்ளறதுனால எனக்கு ஒண்ணும் லாபம் இல்லன்னு அவங்களுக்குத் தெரியும். வேற எதாவது வழி இருந்தா நான் இதைச் செஞ்சிருக்க மாட்டேன்னு அவங்களுக்குத் தெரியும் அதனாலேதான் அவங்க வரலை. ஆனா நீங்க வந்திருக்கீங்க.

[சீதாநாத்தின் உடல் முழுவதும் நடுங்குகிறது. தன்னைச் சமாளித்துக்கொள்ள இரண்டு கைகளாலும் நாற்காலியின் பின்புறத்தைப் பிடித்துக்கொள்கிறான். சீதாநாத்தின் கத்தலைக் கேட்டுவிட்டுக் கொணா சிறிது நேரமாகச் சமையலறை வாயிற்படியில் வந்து நிற்கிறாள். தேவையேற்பட்டால் சீதாநாத்தைப் பிடித்துக் கொள்வதற்காக விஜய் எழுந்து நின்றுகொண்டிருக்கிறான். பிதுபூஷண் திகைத்து நிற்கிறார்.)

பிதுபூஷண் பாபு: (சிறிது நேரத்திற்குப் பின் அமைதியான குரலில்) ஆமா, சீதாநாத். நான் வந்திருக்கேன். அவங்க உன்கிட்டே வரலை.

ஆனா, கும்பல்கும்பலா என் வீட்டுக்கு வந்தாங்க. உன்மேல குத்தம் சொல்றதுக்காக இல்ல. உன்மேல குத்தம் சொல்லணும்னு டீச்சர்ஸ்ஸும் ஸ்டூடண்ஸும் நினைச்சுக்கூடப் பாக்க மாட்டாங்க. இருந்தாலும் என்கிட்டே ஏதாவது வழி இருக்கான்னு பாக்கறத்துக்காக வந்தாங்க. (சிறிது நிறுத்தி விட்டு) நீ அந்தப் புஸ்தகத்த என் கிட்டே கொடு. நான் படிச்சுப் பாக்கறேன்.

சீதாநாத்: புஸ்தகத்தக் கிழிச்சு நெருப்பிலே போட்டுட்டேன்.

பிதுபூஷண் பாபு: சரி. நான் வேற எங்கேயிருந்தாவது கிடைக்க வழி பண்ணிக்கறேன். ஆனா, நீ எனக்கு ஒரு வார்த்தை தரணும். அந்தப் புஸ்தகத்தப் படிச்சப் பெறகு, அசோக்கை வீட்டுக்கு அனுப்பினது பெரிய தண்டனைன்னு எனக்குப் பட்டா நீ ஒத்துப்பியா?

சீதாநாத்: (சிறிது தயங்கி) ஒத்துப்பேன். ஆனா என்னை நீங்க விட்டுடணும்.

பிதுபூஷண் பாபு: அப்படின்னா நீ...

சீதாநாத்: நான் ரிஸைன் பண்ணிடுவேன்.

பிதுபூஷண் பாபு: இது என்ன ஒத்துக்கறதுன்னு அர்த்தமா?

சீதாநாத்: என்னைவிட யோக்கியதை உள்ளவங்க எத்தனையோ பேர் கிடைப்பாங்க.

பிதுபூஷண் பாபு: (பெருமூச்சு விட்டுக்கொண்டே) அப்ப நான் கிளம்பறேன். கொணா எங்கே?

[கொணா சமையலறை வாயிற்படியி லிருந்து முன்னே வந்து அவரை வணங்கு கிறாள்.]

பிதுபூஷண் பாபு: ஓ, நீ இங்கதான் இருந்தயா? நான் உன்னைப் பாக்கலை.

கொணா: டீ குடிக்கிறீங்களா?

பிதுபூஷண் பாபு: வேண்டாம், வேண்டாம். இன்னொரு நாள் வந்து குடிக்கறேன்.

(விஜய்யிடம்) நான் போயிட்டு வர்றன்.

சீதாநாத்: நான் புஸ்தகத்த வாங்கி மன்மத பாபு கிட்ட கொடுத்து உங்க வீட்டிலே...

பிதுபூஷண் பாபு: இனி புஸ்தகம் வந்து என்ன பிரயோ ஜனம்? கொணா நான் வர்றேம்மா. வீட்டுப் பக்கமா ஒருநாள் வாயேன். சீதாநாத் நீ கூட ரொம்ப நாளா அந்தப் பக்கமே வரலை. சீதாநாத் மாமா ஏன் வரலைன்னு கௌரி பிடுங்கி எடுக்குது. (விஜய்யிடம்) கௌரி என் பேத்தி. சீதா நாத்கிட்டே அவளுக்கு உயிர். அப்ப நான் கிளம்பறேன்.

[பிதுபூஷண் வெளியே போகிறார். சீதா நாத் வெறித்த பார்வையுடன் ஒரு நாற் காலியில் உட்கார்ந்திருக்கிறான், விஜய் கவலையுடன் சீதாநாத்தைப் பார்த்துக் கொண்டிருக்கிறான். கொணா கவலை யுடன் நிற்கிறாள்.]

கொணா: டீ போடட்டுமா இப்போ?

[சீதாநாத்தின் காதில் விழவில்லை.]

விஜய்: *(கண்களை அகற்றாமலேயே)* போடு.

[கொணா சமையலறைக்குப் போகிறாள்.]

என்ன புஸ்தகம்?

[சீதாநாத்தின் காதில் விழவில்லை.]

(இன்னும் இரைந்து) என்ன புஸ்தகம்?

சீதாநாத்: ம்?

விஜய்: அசோக் படிச்சுக்கிட்டிருந்த புஸ்தகத்தோட பேர் என்ன?

[சீதாநாத்தின் கண்கள் மீண்டும் பளபளக் கின்றன.]

சீதாநாத்: 'லோலிடா.'

விஜய்: நபகோவின் 'லோலிடா' வா?

சீதாநாத்: ஆமா, நீ அதைப் படிச்சியனா நான் ஏன் அசோக்கை வெளிலே தள்ளினேன்னு புரிஞ்சிப்பே.

[சீதாநாத் மீண்டும் உணர்ச்சி வசப்படுகிறான்.]

உனக்கு ஞாபகம் இருக்கா? கொஞ்ச நாள் முன்னாலே பெங்குவின் பப்ளிகேஷனோட 'லேடி சாட்டர்லிஸ் லவர்' படிக்கக் கொடுத்தியே? லாரன்ஸோட தணிக்கை செய்யப்படாத நாவல், ஞாபகம் இருக்கா?

விஜய்: ஞாபகம் இருக்கு.

சீதாநாத்: நான் அதைப் படிச்சுட்டு என்ன சொன்னேன்னு ஞாபகம் இருக்கா?

விஜய்: இந்தப் புஸ்தகத்த இத்தனை நாளா ஏன் தடை செஞ்சு வச்சிருந்தாங்கன்னு கேட்டே.

சீதாநாத்: எக்ஸாட்லி! அசோக் அந்தப் புஸ்தகத்தப் படிச்சிருந்தா அவனை வீட்டுக்கு அனுப்பறதப் பத்தி நினைச்சிக்கூடப் பார்த்திருக்க மாட்டேன்.

விஜய்: ஏன்?

சீதாநாத்: ஏன்னா அதுலே ரியலிசம் இருக்கு. லேடி சாட்டர்லி ரியலிஸ்டிக்கான கேரக்டர். அசோக் வயசுப் பையன்களுக்கான புஸ்தகம் இல்ல இது. இருந்தாலும் அதை அவங்க படிச்சா ஒண்ணும் குடி முழுகிப் போயிடாது. ஆனா, 'லோலிடா'லே ரியலிசம் இல்ல. பெர்வர்ஷன் தான் இருக்கு. 'லோலிடா' ஒரு சின்னப் பொண்ணு. பன்னெண்டு வயசுக் குழந்தை. அவளைப் போய்... அதைப் படிச்சாத்தான் உனக்குப் புரியும்.

விஜய்: *(உறுதியான குரலில்)* நான் படிச்சிருக்கேன்.

சீதாநாத்: *(திடுக்கிட்டு)* படிச்சிருக்கியா?

விஜய்: ஆமா. படிச்சிருக்கேன்.

[சீதாநாத்தின் கண்கள் விஜய்யை ஊடுருவிப் பார்க்கின்றன.]

சீதாநாத்: அசோக்கை வீட்டுக்கு அனுப்பியது சரின்னு உனக்குத் தோணலை.

விஜய்: *(செஸ் காயை நகர்த்தியபடி)* இல்ல. விளையாடு.

சீதாநாத்: விஜய் நீ...

விஜய்: விளையாடு.

சீதாநாத்: முதல்லே நீ என் கேள்விக்குப் பதில் சொல்லு.

விஜய்: *(நிமிர்ந்து உட்கார்ந்து, முகத்தை நிமிர்த்தி)* சரி. சொல்றேன். 'லோலிடா' வைப் படிச்சது

அதுவும் க்ளாஸ்லே படிச்சது பெரிய தப்பு தான். அதுக்காக அவனை எக்ஸ்பெல் பண்ணி னது சரியில்லை.

சீதாநாத்: (சிறிது பார்த்துக்கொண்டிருந்துவிட்டு) விஜய் நீ... நீ 'லோலிடா' படிச்சதில்லை.

[விஜய் சிரிக்கிறான்.]

(கூச்சலாக) 'லோலிடா' ஒரு ரெண்டுங்கெட் டான் பொண்ணு.

விஜய்: அதனாலே என்ன?

சீதாநாத்: விஜய், விஜய் நீ என்ன சொல்றேன்னு உனக்கே புரியலை. ஒரு நடக்க சாத்திய மில்லாத, ஒரு வக்கிரமான ஐடியாவை நீ ஒத்துக்கறே தெரியுமா?

விஜய்: நான் பெர்வர்ஷனை ஒத்துக்கலை. 'லோலிடா'வை எழுதினவரும் அதை ஒத்துக் கல. அவர் 'இந்த மாதிரி செய்'ன்னு சொல் லல. இந்த மாதிரி நடக்குதுன்னு சொல்லி யிருக்கார்.

சீதாநாத்: (கூச்சலாக) இந்த மாதிரி ஒருநாளும் நடக்காது.

[கொணா மீண்டும் கவலையுடன் சமையலறை யின் கதவைத் தாண்டி வந்து நிற்கிறாள்.]

விஜய்: நாம் பெர்வர்ஷனை ஒத்துக்காததினாலே உல கத்திலே பெர்வர்ஷனே இல்லாமப் போயிடுமா?

சீதாநாத்: (மூச்சைப் பிடித்துக்கொண்டு கத்தி) விஜய் நீ...

கொணா: (ஓடி வந்து) கேளுங்க. அந்த மாதிரி கத்தாதீங்க.

விஜய்: (எழுந்து கோபத்துடன்) கொணா, அவனைப் பேச விடு.

[கொணா விலகிப் போகிறாள். ஆனால், விஜய்யின் குரலைக் கேட்டு சீதாநாத் திடுக்கிட்டு நிற்கிறான். விஜய்யைப் பார்க்கிறான். அவன் பார்வையில் சிறிது பயம் கலந்திருக்கிறது. விஜய்யும் சீதாநாத்துக்குச் சமமாக அவனைப் பார்க்கிறான். மெல்ல சீதாநாத் உட்கார்ந்துகொள்கிறான். செஸ் காயை நகர்த்துகிறான். விஜய்யும் உட்கார்ந்துகொண்டு செஸ் காயை நகர்த்துகிறான். சீதாநாத் ஏதோ நினைவுடன் ஒரு காயை முன்னால் நகர்த்துகிறான்.)

என்ன, அந்தக் காயை ஏன் நகர்த்தினே?

சீதாநாத்: ம்?

விஜய்: அந்தக் காயை ஏன் நகர்த்தினேன்னு கேக்கறேன்.

சீதாநாத்: ஓ!

[காயை மறுபடியும் முன்னால் இருந்த இடத்திலேயே வைக்கிறான். விளையாட்டில் கவனம் செலுத்த முயல்கிறான். முடியவில்லை. 'சடக்' எழுந்து நிற்கிறான்.]

விஜய் நீ... நீ உக்கார்ந்திரு. நான் இதோ வந்திடறேன்.

கொணா: எங்கே போறீங்க?

சீதாநாத்: இதோ இங்கேதான். தெரு முனைவரைக்கும் போயிட்டு வந்துடறேன். தலைவலிக்குது. வெளியே கொஞ்சம் போயிட்டு வந்தா...

விஜய்: (எழுந்து) வா. நானும் வர்றேன்.

சீதாநாத்: வேண்டாம், வேண்டாம். உக்காரு. நான் இப்ப வந்திடுவேன். அஞ்சு நிமிஷம். அதிகமாப்

போனா பத்து நிமிஷம். உக்காரு. கிளம்பிப் போயிடாதே.

[சொல்லிக்கொண்டே சீதாநாத் வெளியே போகிறான்]

விஜய்: கொணா!

கொணா: *(திரும்பி வந்து)* என்ன?

விஜய்: சம்பல்கட்லே என்ன நடந்தது?

[கொணா வேறு பக்கம் திரும்பிக்கொண்டு பேசாமல் நிற்கிறாள்.]

நீ எல்லா விஷயத்தையும் ஒளிவு மறைவு இல்லாமே சொல்லலைன்னா என்னாலே ஒண்ணும் செய்ய முடியாது.

கொணா: அவர் என்னைச் சொல்லக் கூடாதுன்னு தடுத்திருக்கார்.

விஜய்: தடுத்திருக்கிறவன் ஒரு நோயாளி. அவனைக் குணப்படுத்தறத்துக்காக நீ சொல்லணும்.

கொணா: ஆனா...

விஜய்: ரொம்ப வெக்கக்கேடான விஷயமா?

கொணா: வெக்கக்கேடா? இல்ல. கொஞ்சங்கூட இல்ல. எனக்குச் சொல்லணும்போல இருக்கு. என்னாலே ஒருத்தர்கிட்டேயும் சொல்லாமே மனசிலே வச்சிக்கிட்டுச் சமாளிக்க முடியலை. அவர் தடுத்திருக்கார்னுதான் .....

விஜய்: எப்பவுமே நீ அவன் சொல்றதைக் கேக்கறயா?

கொணா: சின்னச்சின்ன விஷயத்துலே சில சமயம் அவர் பேச்சைக் கேக்காம இருந்திருக்கேன். ஆனா இது... விஜய் உங்களுக்குப் புரியாது. என்னிக் காவது உங்ககிட்டே இந்த விஷயத்தைச்

சொன்னேன்னு அவருக்குத் தெரிஞ்சா... அவர்கிட்டே ஒருநாளும் சொல்ல மாட்டேன்னு நீங்க எனக்குச் சத்தியம் செஞ்சு கொடுப்பீங்களா?

விஜய்: ரொம்ப அவசியமானால் தவிர அவன்கிட்டே சொல்ல மாட்டேன்னு வேணும்னா சத்தியம் செஞ்சு தர்றேன்.

கொணா: ரொம்ப அவசியம்னா?

விஜய்: அவனைக் குணப்படுத்தறதுக்காகச் சொல்ல வேண்டியிருந்ததுன்னா சொல்லுவேன்.

கொணா: ஓ! (சிறிது நிறுத்தி) ஆனா, சம்பல்கட்லே ஏதோ நடந்திருக்குன்னு உங்களுக்கு எப்படித் தெரியும்?

விஜய்: கையிலே ஏதாவது காகிதம் கிடைச்சா ஏதாவது கிறுக்கிக்கிட்டிருப்பான் சீதாநாத். எத்தனையோ பேர் இப்படிக் கிறுக்கறாங்க. ஆனா, சீதாநாத் திடும்னு எழுந்து கையிலே இருக்கற காகிதத்தைச் சுக்குநூறாகக் கிழிப்பான். அதனாலேதான் என் கவனம் அவன் எழுத்து மேலே போச்சு.

கொணா: 'சம்பல்கட்'னு எழுதறாரா?

விஜய்: அது மட்டுமில்லை. இன்னும் என்னென்னவோ எழுதறான். ஆனா 'சம்பல்கட்'னு எழுதினாதான் கிழிச்சுப் போடறான். தான் எழுதினதை உணர்ந்து இப்படிக் கிழிச்சுப் போடறான். இன்னொரு பேரு...

[நிறுத்துகிறான்.]

கொணா: என்ன பேரு?

விஜய்: இல்ல. நீ முதல்லே சம்பல்கட்லே என்ன நடந்ததுன்னு சொல்லு.

கொணா: அந்த இன்னொரு பேரு என்ன?

விஜய்: அப்புறம் சொல்றேன். முதல்லே நீ...

கொணா: பார்வதியா?

[விஜய் கூர்ந்து அவளைப் பார்க்கிறான்.]

விஜய்: ஆமா. பார்வதிதான்.

கொணா: (பெருமூச்சு விட்டு) நான் மறைக்கிறதிலே கொஞ்சம்கூடப் பிரயோஜனம் இல்ல.

விஜய்: கொணா, உனக்குச் சொல்ல ரொம்ப கஷ்டமா இருந்ததுன்னா...

கொணா: இல்ல, விஜய். சொல்லப்போனா, இப்பச் சொல்றது ரொம்ப சுலபம். அவரே சொல்லிட்டார்.

விஜய்: அப்ப முழுக்கச் சொல்லு.

கொணா: சம்பல்கட். சம்பல்கட்டுங்கறது நகரம் இல்ல விஜய். காட்டுக்கு நடுவிலே ஒரு சின்ன கிராமம். இருபது இருபத்தைந்து மண் வீடு. கால்வாய் மாதிரி குறுகலான ஆறு. 'சலசல'ன்னு நிர்மலமான தண்ணீர். அதன் பக்கத்திலே ஃபாரஸ்ட் பங்களா. எங்களுக்குக் கல்யாணமாகி மூணு வருஷம் கழிச்சு அங்கே போயிருந்தோம். இவரோட ஃப்ரண்ட் தபன்பாபு ஃபாரஸ்ட் ஆபீசரா இருந்தார். அவர்தான் எல்லா ஏற்பாடும் செஞ்சிருந்தார். இப்ப தபன்பாபுகூட எந்தத் தொடர்பும் இவர் வச்சுக்கலை - பத்து வருஷம் ஆயிடுச்சு.

விஜய்: ஏன்?

கொணா: சம்பல்கட்லே நடந்த எல்லா விஷயத்தையும் மனசுலேர்ந்து தொடச்சுடணுங்கற எண்ணமா இருக்கலாம்.

விஜய்: அப்புறம் என்ன நடந்தது?

கொணா: ஒரு மாசத்துக்கு மேல - கிட்டத்தட்ட ஒண்ணரை மாசம் - சம்பல்கட்லே இருந்தோம். ரெண்டு மாசம் இருக்கலாம்னு போனோம். அப்ப அவருக்கு சம்மர் வெகேஷன். ஒண்ணரை மாசம் இருந்தோம். அந்த இடம் எனக்கு ரொம்பப் பிடிச்சுப் போச்சு. ரொம்ப வெயில், காட்டிலே இருந்த மரங்களிலே இலையெல்லாம் காஞ்சு போச்சு. காத்து அனலா அடிச்சது. இருந்துங்கூட எனக்கு அந்த இடம் ரொம்பப் பிடிச்சுப் போச்சு. சம்பல்கட்டை என்னாலே ஒருநாளும் மறக்க முடியாது.

விஜய்: கொணா உன்னை...

கொணா: என்ன?

விஜய்: உன்னை அவசரப்படுத்த விரும்பலை. ஆனாலும் சீதாநாத் இப்பத் திரும்பிடுவான்னு நினைவுபடுத்தறேன்.

கொணா: சரி சொல்றேன். சம்பல்கட்லே பனோவாரிலால்கூட மட்டும்தான் எங்களால பேச முடிந்தது. அந்தக் கிராமத்து ஜனங்களோட பாஷை எங்களுக்குப் புரியலை. பனோவாரி லால் காஷ்மீரி. அவனோட உடைஞ்ச ஹிந்தியிலே ஏதோ பேச முடிஞ்சது. ஆனா அவனுக்கு ஃபாரஸ்ட் டிபார்ட்மெண்டிலே வேலை. விடியற்காலைலேர்ந்து சாயங்காலம்

வரைக்கும் காட்டிலே சுத்தணும். அதனாலே எங்களுக்கு ஒரே பேச்சுத் துணை பார்வதிதான்.

விஜய்: பார்வதியா?

கொணா: பனோவாரிலாலின் மகள். தாயில்லாத பொண். அப்பாவும் நாள் முழுக்க வீட்டிலே இருக்க மாட்டார். தன்னந்தனியாச் சுத்தித் திரிஞ்சு பொழுதைக் கழிப்பாள் அந்தப் பொண். சுத்தறதுக்குக்கூட அதிக இடமில்லை. காட்டுக் குள்ளே போகக் கூடாதுன்னு அவ அப்பா தடுத்திருந்தார். காட்டிலே ஆபத்து அதிகம் போலீஸ்கிட்டே தப்பிச்சுக்கிட்டு நகரங்கள் லேர்ந்து திருட்டுக் கும்பல் எல்லாம் இந்தக் காட்டிலே வந்துதான் ஒளிஞ்சிக்கும். இதைத் தவிர காட்டு மிருகங்க வேற

விஜய்: அப்புறம்?

கொணா: பார்வதி நல்ல வெளுப்பு. முகம் 'துறுதுறு'ன்னு அழகா இருக்கும். அவ சிரிச்சா ரொம்ப அழகா இருக்கும். அவளுக்குச் சிரிப்பு அதிகம். நாள் முழுக்க சிரிப்புதான்.

விஜய்: எத்தனை வயது?

கொணா: பத்து வயது. பத்து பதினொண்ணு இருக்கும்.
[விஜய்யின் பார்வை கூர்மையடைகிறது.]

விஜய்: மேலே சொல்லு.

கொணா: நாள் முழுக்க எங்ககூடத்தான் பொழுதைக் கழிப்பா. என்னைவிட இவர்கிட்டே அவளுக்கு அதிகமா சிநேகம். இவரும் அந்தப் பொண் கிட்டே ரொம்ப ஆசையா இருந்தார். கொஞ்ச

நேரம் அவளைப் பாக்கலைன்னாகூட அவருக்குத் தாங்காது. நிலைகொள்ளாம தவிப்பார். ரெண்டு பேருக்குமே அப்படித்தான். எனக்குக்கூடக் கஷ்டமா இருக்கும். பார்வதி இருந்ததனாலேதான் சம்பல்கட் எங்களுக்கு அவ்வளவு பிடிச்சிருந்ததுன்னு சொல்லலாம். இல்லாட்டா அந்தப் பொட்டைக் காட்டிலே மரங்களையும் நதியையும் பார்த்துக்கிட்டு அத்தனை நாள் கழிச்சிருக்க முடியாது. ஆனா, பின்னாலே அந்தப் பொண்ணோட ஏன் சிநேகிதம் உண்டாச்சின்னு நினைச்சுப்பேன்.

விஜய்: ஏன் ?

கொணா: சொல்றேன். பார்வதி இருந்தும்கூடக் கொஞ்ச நாள் கழிச்சு அவருக்கு அந்த இடம் சலிப்புத் தட்டிப்போச்சுன்னு தோணுது. என்கிட்டே இரண்டொரு தடவை திரும்பிப் போகலாமான்னு கேட்டிருக்கார். நான் ஒத்துக்கிட்டா ‘இல்ல முழு லீவையும் இங்கே கழிச்சிட்டுப் போவோம்’னு சொல்லுவார். ஆனா, என்ன காரணத்தினாலேயோ நடுநடுவிலே நிலை கொள்ளாமே தவிப்பார். ஒருநாள் அந்த மாதிரி மனநிலையிலே பார்வதியை நல்லா திட்டிட்டார். எனக்குக்கூட ஆச்சரியமாயிடிச்சு. பார்வதி நாள் முழுக்க அழுதுகிட்டிருந்தா. சாயங்காலம் அப்பாகிட்டே இதுக்காகத் திட்டு வாங்கினாலும் வீட்டைவிட்டு வெளியே வரலை. கடைசியிலே இவர்தான் ரொம்பக் கஷ்டப்பட்டு அவளைச் சமாதானப் படுத்தினார். பனோவாரிலால் சிரிச்சுக்கிட்டே

'நீங்களே அவளை அழைச்சுக்கிட்டுப் போயி டுங்க. என்னாலே இவளைப் பாத்துக்க முடி யலை'ம்பான். யாருக்குத் தெரியும்? பனோ வாரிலால் சீரியஸ்ஸாச் சொல்லியிருந்தா அழைச்சிக்கிட்டு வந்திருப்போமோ என்னவோ? (பெருமூச்சு விட்டு) இப்ப அதெல்லாம் பத்திப் பேசி என்ன பிரயோசனம்?

[கொணா தன்னைக் கட்டுப்படுத்திக்கொள் கிறாள். அதன் பின் முடிந்தால் போதுமென்று நினைத்தாற்போல் 'மடமட'வென்று சொல் லிக்கொண்டு போகிறாள்.]

ஒருநாள் சாயங்காலம் பார்வதி வெளியே அழைச்சுக்கிட்டுப் போகச் சொல்லி இவரைப் பிடுங்கிக்கிட்டிருந்தா. இவருக்குப் போக இஷ்டமில்லை. அவ இவரைப் பிடிச்சு இழுத் துக்கிட்டிருந்தா. கடைசியிலே இவருக்கு மூக் குக்கு மேலே கோபம் வந்திடிச்சு. கோபத்திலே பார்வதியைப் 'பளார்'னு அறைஞ்சிட்டார்.

விஜய்: *(திகைத்து)* என்ன சொல்லறே?

கொணா: ஆமா விஜய். என்னாலகூட நம்ப முடியலை. அவராலேயும் நம்ப முடியலை. பார்வதி... பார்வதி அப்படியே திக்பிரமை பிடிச்சு பார்த்துக்கிட்டே நின்னுகிட்டிருந்தா. அதுக்கப் புறம் வெளியே ஓடிப் போயிட்டா. ஆனா, அவ நேரா காட்டுப்பக்கமா ஓடினா. அந்தி வேளை. இவர் டார்ச் எடுத்துக்கிட்டுப் பின் னாலே ஓடினார். அதுக்கப்புறம் ரொம்ப நாழி ஆயிடிச்சு. இருட்டிப் போயிடிச்சு. பனோ வாரிலால் காட்டுலேர்ந்து திரும்பி வந்தான்.

கிராமத்து ஜனங்க பந்தத்தைக் கொளுத்திக் கிட்டுக் காட்டுக்குள்ளே தேடிக்கிட்டுப் போனாங்க. நான் தன்னந்தனியா வராந் தாலே உக்கார்ந்துக்கிட்டிருக்கேன். விஜய், எத்தனை நாழி இப்படி உக்கார்ந்திருந் தேனோ எனக்கே தெரியாது (கொணா சட் டென்று நிறுத்துகிறாள்.)

விஜய்: அப்புறம்?

கொணா: (உணர்ச்சியற்ற குரலில்) இவரைத்தான் முதல்லே தூக்கிக்கிட்டு வந்தாங்க. சட்டை பேண்ட்டெல்லாம் கிழிஞ்சு மண்ணும் ரத்தமும் படிஞ்சிருந்தது. இருட்டிலே காய்ஞ்ச சாக்கடையிலே விழுந்து கிடந்தாராம். தலைலே அடிபட்டு மயங்கிக் கிடந்தாராம். ராத்திரி முழுக்க நினைவு திரும்பலை. காலைலே நினைவு திரும்பிச்சு. ஆனா, நல்ல ஜுரம். ஜுரத்திலே ஒரு மாதிரி மயக்கமாக் கிடந்தார்.

விஜய்: பார்வதிக்கு என்னவாச்சு?

கொணா: அடுத்த நாள் மத்தியானம் பார்வதி கிடைச்சா. ஒரு பழைய கோட்டையின் இடிபாடுகளுக்கு நடுவிலே கிடைச்சா. அவளுக்கு யாரையும் அடையாளம் தெரியலை. அவ கண்ணுலே எத்தனை பயக் களை தெரியுமா? அவ இனிமே மறுபடியும் எழுந்திருக்கவே மாட்டாள்னு நினைச்சேன்.

விஜய்: காட்டுப் பயமா?

கொணா: இல்ல விஜய். காட்டுப் பயம் இருக்கலாம். ஆனா, மனுஷங்க காட்டைவிடப் பயங்கர மானவங்களா இருக்காங்க. உங்ககிட்டே சொல்லலையா, காட்டிலே திருடங்க, கொள் ளைக்காரங்க மறைஞ்சு...

[விஜய் நாற்காலியைத் தள்ளிக்கொண்டு சட் டென்று எழுந்திருக்கிறான்.]

விஜய்: நீ என்ன சொல்லவரே கொணா?

கொணா: ஆமா விஜய். நியூஸ் பேப்பர்லே - அப்பப்போ இதைப் பத்திப் படிச்சிருக்கேன். கதைகளிலே படிச்சிருக்கேன். நம்ப முடியலை, இருந்தும் இந்த மாதிரி நடக்குது. மனுஷங்கதான் செய்ய றாங்க.

[சிறிது நேரம் மௌனம்]

விஜய்: சீதாநாத் என்ன செஞ்சான்?

கொணா: அவர் செய்யறத்துக்கு ஒண்ணுமில்லை. பார் வதியோட பயத்தை யாராலேயும் போக்க முடி யலை. கடைசியா இவர்கிட்டே அழைச்சுக் கிட்டு வந்தாங்க. அப்பகூட இவர் ஜுர வேகத் திலே அரை மயக்கமா இருந்தார். பார்வதி இவரைப் பார்த்தவுடனே பெரிசா அழ ஆரம் பிச்சா. அவ இவரோட பாண்டேஜ் கட்டின் முகத்தைப் பார்த்து அழுதிருக்கலாம். இதைப் பார்த்து இவர் மறுபடியும் நினைவு இல்லாமே ஆயிட்டார். அதுக்கப்புறம் நான் பார்வதியை இவர்கிட்டே அழைச்சுக்கிட்டு வரவிடலை. (வருத்தமான குரலில்) விஜய் நான் என்ன செய்யட்டும்? என் வீட்டுக்காரர்தான் எனக்கு

எல்லாரையும்விட முக்கியம். பார்வதிகிட்டே நானும் ரொம்ப ஆசை வச்சிருந்தேன். ஆனா...

விஜய்: நீ சரியாத்தான் செஞ்சே கொணா.

கொணா: அதை விட்டா வேற வழி இல்ல எனக்கு. இவரோட ஜுரம் கொஞ்சம் குறைஞ்சதும் இங்கே அழைச்சுக்கிட்டு வந்திட்டேன். பத்து வருஷம் ஆயிடிச்சு. இப்பக்கூட. அந்தக் கொஞ்ச நாளை நினைச்சா பைத்தியம் பிடிச்சிடும் போல இருக்கு.

விஜய்: பார்வதியைப் பத்தி ஒண்ணும் தெரியலையா?

கொணா: எப்படித் தெரியும்? பனோவாரிலாலுக்கு எங்க அட்ரெஸ் தெரியாது. நான் அவனுக்கு லெட்டர் போடலாம்னு நினைச்சேன். ஆனா, இவர் என்னை எழுத விடலை. சம்பல்கட் விஷயத்தைக் கம்ப்ளீட்டா மனசைவிட்டு அழிச்சிடணும்னு இவர் படாதபாடு பட்டுக்கிட்டிருந்தார். சம்பல்கட்லே தங்கறத்துக்கு ஏற்பாடு செஞ்சு கொடுத்தார்னு தபன்பாபு முகத்துலே முழிக்கறதைக்கூட விட்டுட்டார். நாள் முழுக்க வேலை வேலை வேலைதான். வேலைலே முழுகிக் கிடந்தார். இப்பவும் அப்படித்தான். இந்த ஸ்கூலைத் தவிர இவர் வாழ்க்கையிலே ஒண்ணும் இல்ல. நான்கூட இல்ல.

[கடைசி வாக்கியம் சொல்லும்போது கொணா துணுக்குற்றுச் சட்டென்று நிறுத்துகிறாள்.]

விஜய்: நீ கூட இல்லையா?

கொணா: (தன்னைச் சமாளித்துக்கொள்ள முயற்சி செய்துகொண்டே) நான்... என் பக்கம்

பாக்க அவருக்கு நேரம் ஏது? நாள் முழுக்க ஸ்கூல் வேலையை வச்சுக்கிட்டு...

விஜய்: இல்ல, நீ இன்னும் ஏதோ சொல்ல வந்தே.

[கொணா பேசாமல் இருக்கிறாள்.]

கொணா எல்லாத்தையும் உடைச்சுச் சொல்ல லைன்னா.

கொணா: இல்ல, இந்த விஷயத்துக்கும் நம்ப பிரச்ச னைக்கும் சம்பந்தமே இல்ல விஜய்.

விஜய்: 'இப்ப சீதாநாத்தோட வாழ்க்கையிலே நீ கூட இல்ல.' இது என்ன இப்ப நாம்ப மண் டையை உடைச்சுக்கற பிரச்சனைக்குச் சம் பந்தமில்லாததா?

[கொணா பேசாமல் இருக்கிறாள்.]

அசோக்கை 'லோலிடா' படிச்ச குத்தத்துக் காக சீதாநாத் ஏன் ஸ்கூல்லேர்ந்து வெளியே தள்ளினான்னு புரியுதா?

கொணா: புரியலை.

விஜய்: 'லோலிடா'வோட கதை முழுக்க முழுக்க பார்வதியோடது மாதிரி இல்லாட்டாலும் ஒரு ஒத்துமை இருக்கு. லோலிடாவும் ஒரு ரெண்டுங்கெட்டான் பொண்ணு.

கொணா: ஓ...

விஜய்: 'லோலிடா'வை எழுதினவர் கிடைச்சிருந்தா சீதாநாத் அவரைத் தூக்கிலே போட்டிருப் பான். அவர் கிடைக்கலை. அசோக்குக்குக் கடுமையான தண்டனை கொடுத்திருக்கான், யார் தடுத்தும் கேட்காம. உண்மையில் 'லோலிடா'க்கள், பார்வதிகளுக்கு யாராவது

அநியாயம் பண்ணினா அவங்க மேலே சீதா நாத்துக்குச் சொல்ல முடியாத வெறுப்பு. பார்வதிக்கு நேர்ந்த விபத்துக்குத் தானே கார ணம்னு நினைக்கறதுனாலேதான் இத்தனை வெறுப்பு. இது ஒரு கற்பனையான குத்த மனப்பான்மை. இவன்கிட்டே அடி வாங் கிட்டுத்தானே பார்வதி காட்டுக்குள்ளே ஓடினா. உனக்குப் புரியுதா?

கொணா: கொஞ்சம்கொஞ்சம் புரியுது.

விஜய்: எனக்கும் முழுக்கப் புரியலை. முழுக்கப் புரிஞ் சுக்க விரும்பறேன். உனக்கும் எனக்கும் புரிய ணும். அதனாலேதான் எதையும் என்கிட்டே மறைக்காதேன்னு சொல்றேன். (கொணா பதில் சொல்லவில்லை) என்ன சொல்றது?

கொணா: (பலவீனமாக) என்ன சொல்றது?

விஜய்: 'சீதாநாத் வாழ்க்கையிலே நீ கூட இல்ல'ன்னு ஏன் சொன்னே?

கொணா: (சட்டென்று எரிச்சலான குரலில்) காரணத் தைச் சொல்றேன். சம்பல்கட்டுக்குப் போயிட்டு வந்தப்பறம் உங்க ஃப்ரண்ட் பிரம்மச்சாரி. பத்து வருஷமா, இதிலேர்ந்து என்ன புரிஞ்சுக் கணுமோ புரிஞ்சுக்கோங்க.

[கொணா வேகமாகப் படுக்கையறைக்குள் போகிறாள்.]

விஜய் சிறிதுநேரம் திகைத்து நிற்கிறான்.

விஜய்: கொணா!

[பதில் இல்லை. விஜய் கடிகாரத்தைப் பார்க் கிறான். கவலையுடன் ஒருமுறை வாயிற்

கதவைப் பார்க்கிறான். மீண்டும் கொணாவைக் கூப்பிடுகிறான்.]

கொணா! கொணா!

[மேடை இருளடைகிறது. சில விநாடிகள். ஒளி பரவுகிறது. இப்போது விஜய் இல்லை. அறையில் கொணா மட்டும் சீதாநாத்துக்காகக் காத்திருக் கிறாள், வாயில் பக்கம் காதுகொடுத்தபடி. காலடிச் சத்தம் கேட்கிறது. கொணா எழுந்தி ருக்கிறாள். கதவைத் தட்டும் சத்தம் கேட்கிறது. கொணா ஓடிச் சென்று கதவைத் திறக்கிறாள். விஜய்.]

விஜய்: இன்னுமா வரலை?

கொணா: இல்ல.

விஜய்: நீ கொடுத்த அட்ரெஸ்ஸிலே எல்லாம் போய் விசாரிச்சேன். பிதுபூஷண் பாபு வீட்டுக்கு அரை மணி நேரத்துக்கு முன்னாலே வந்துட்டுப் போனான்னு சொன்னாங்க.

கொணா: அரை மணி நேரத்துக்கு முன்னாலேயா?

விஜய்: ரெண்டு நிமிஷம் இருந்தானாம். பெரிய பொம்மை வாங்கிட்டுப் போயிருந்தானாம். அதைக் கௌரிகிட்டே கொடுத்திட்டு வெளியே போயிட்டானாம்.

கொணா: பொம்மையா? இப்ப திடீர்னு கௌரிக்குப் பொம்மை கொடுப்பானேன்?

விஜய்: அது ஒருத்தருக்கும் தெரியாது. பிதுபூஷண் பாபுவை மாடிப் படியிலே பார்த்தானாம். பேசக்கூட இல்லையாம்.

கொணா: வேற யாராலேயும் ஒண்ணும் சொல்ல முடியலையா?

விஜய்: வேற யாரும் அவனைப் பாக்கலையாம். கௌரியோட அம்மா சமையலறையிலே இருந்தாங்களாம்.

கொணா: கௌரி என்ன சொன்னாள் ?

விஜய்: அது எட்டு வயசுப் பொண்ணு. அது என்ன சொல்லும்? 'அங்கிள் வந்துட்டு உடனே போயிட்டார். உனக்காக ஒரு பொம்மை வாங்கிட்டு வந்திருக்கேன். போறேன்னு சொல்லிட்டுப் பொம்மையைக் கொடுத்திட்டு போயிட்டார்'ன்னு அது சொல்லிச்சு. [சிறிது நேரம் மௌனம்.]

நான் இன்னொரு தடவை சுத்திப் பாத்திட்டு வர்றேன்.

கொணா: இன்னும் எங்கே பாக்கப் போறீங்க? அதான் எல்லா இடத்திலேயும் பாத்துட்டீங்களே.

விஜய்: பார்க்கிலே ஒரு தடவை பார்த்திட்டு வந்திட றேன். அங்கே உக்காந்திருக்கானான்னு பாக்க றேன்.

கொணா: இப்ப மணி என்ன?

விஜய்: எட்டு-பத்து.

கொணா: ரெண்டு மணிநேரம் ஆயிடிச்சு.

விஜய்: பயப்படாதே. இங்கேதான் எங்கேயாவது சுத்திக்கிட்டிருப்பான். நான் பாத்துட்டு வர் றேன். [பேச்சை நிறுத்கிறான். மாடிப் படியில் காலடிச் சத்தம். இரண்டு பேரும் ஆவலுடன் காதைக் கொடுத்துக் கேட்கிறார்கள். விஜய் ஓடிச் சென்று படாரென்று கதவைத் திறக் கிறான். காலடிச் சத்தம் திடீரென்று நின்று விடுகிறது.]

யார்? (பதில் இல்லை) சீதாநாத்தா?

[சில விநாடிகளுக்குப் பிறகு சீதாநாத்தின் பதில் கிடைக்கிறது.]

சீதாநாத்: (இருட்டிலிருந்து) ஆமா.

விஜய்: மாடிப் படியிலே இருட்டிலே ஏன் நின்னுகிட்டிருக்கே?

சீதாநாத்: இதோ வர்றேன்.

[சீதாநாத் உள்ளே வருகிறான், கையில் ஒரு பொட்டலம். அவனுடைய தலைமயிர் கலைந்திருக்கிறது. முகத்தில் களைப்பு. வாட்டம். ஆனால், முகத்தில் ஓர் இனம் தெரியாத ஒளி, மனதிற்குள் விடுதலை உணர்ச்சியின் ஆனந்தத்தின் எழுச்சி ஏற்பட்டதுபோல் இருக்கிறது.]

நீ இவ்வளவு நேரம் இருப்பேன்னு நினைக்கலே.

கொணா: விஜய் இவ்வளவு நேரம் உங்களை ஊர் பூரா சல்லடை போட்டுத் தேடினார்.

சீதாநாத்: எதுக்கு?

விஜய்: இவ்வளவு நேரம் என்ன செஞ்சுக்கிட்டிருந்தே?

சீதாநாத்: சுத்திக்கிட்டிருந்தேன். சும்மா சுத்திக்கிட்டிருந்தேன்.

விஜய்: ஏன்?

சீதாநாத்: யோசனை செஞ்சுக்கிட்டிருந்தேன். அதைத் தவிர கொஞ்சம் வேலையும் முடிச்சேன். (உட்காருகிறான்).

விஜய்: வேலைன்னா? கௌரிக்குப் பொம்மை தரதா?

சீதாநாத்: (லேசாகத் திடுக்கிட்டு) நீ என்ன செஞ்சே?

ஓ, நீ பிதுபாபு வீட்டுக்குப் போயிருந்தயா?

[சீதாநாத் கையிலிருந்த பொட்டலத்தை யார் கண்ணிலேயும் படாதவாறு வைத்துக்கொள்ள விரும்புகிறான். ஆனால் கொணா பார்த்து விடுகிறாள்.]

கொணா: அது என்ன?

சீதாநாத்: ஒரு விளையாட்டுச் சாமான்.

கொணா: யாருக்காக?

சீதாநாத்: கௌரிக்காகத்தான் வாங்கினேன். ஸ்கிப்பிங் கயிறு. வாங்கினப்பறம் பொம்மைதான் கௌரிக்கு அதிகமாப் பிடிக்கும்னு தோணிச்சு.

கொணா: இதையும் கொடுத்திருக்கலாமே? இதை வச்சு கிட்டு என்ன செய்யப் போறீங்க?

சீதாநாத்: அப்ப எனக்கு ஞாபகம் இல்ல. பின்னாலே ஒரு நாள் கொடுத்திட்டு வர்றேன்.

கொணா: இப்ப கௌரிக்குத் திடீர்னு பொம்மை என்னத் துக்கு? பத்து நிமிஷத்திலே வந்துடறேன்னு வெளியே போனீங்க

சீதாநாத்: போயிக்கிட்டிருக்கறச்சே எதுத்த மாதிரி கடை யிலே பார்த்தேன். அதான் வாங்கினேன். நீங்கள் லாம் இவ்வளவு கவலைப் படுவீங்கன்னு தெரிஞ்சிருந்தா போயிருக்க மாட்டேன். விஜய் ஏன் நின்னுகிட்டிருக்கே?

விஜய்: இனிமே இங்கே என்னத்துக்கு உக்காந்திருக் கணும்? நான் வர்றேன். இனிமே செஸ் விளை யாட முடியாது.

சீதாநாத்: இப்ப போகாதே. இன்னும் கொஞ்ச நேரம் இருந்துட்டுப் போ. உங்கிட்டே கொஞ்சம் பேசணும்.

[ஏதோ யோசனையுடன் எழுந்திருக்கிறான்.]
கொணா!

கொணா: என்ன?

சீதாநாத்: நான்... நான் விஜய்கூடக் கொஞ்சம் தனியாப் பேசணும். உன்னாலே கொஞ்ச நேரம் சௌதுரி வீட்டிலே இருக்க முடியுமா?

[கொணா சிறிது வியப்படைகிறாள். விஜய்யைப் பார்க்கிறாள். விஜய் தலையை அசைத்துச் சம்மதிக்கும்படிச் சாடை காட்டுகிறான்.]

கொணா: முடியும். சுரமா அக்கா நான் அவங்க வீட்டுக்கு வரதில்லைன்னு கம்ப்ளைண்ட் பண்றாங்க. நான் டிரெஸ் மாத்திக்கிட்டு இல்ல, இப்படியே போறேன். தெருவிலே இறங்க வேண்டாமே. [கொணா வாயிற்கதவை நோக்கிப் போகிறாள். சீதாநாத் அவளையே பார்த்துக்கொண்டிருக்கிறான்.]

சீதாநாத்: (சட்டென்று உணர்ச்சிவசப்பட்டு) கொணா!

கொணா: (திரும்பி) என்ன?

[சீதாநாத் கொணாவின் பக்கத்தில் போகிறான். சட்டென்று இரு கைகளையும் கொணாவின் தோளில் வைத்து அவள் கண்களை உற்றுப் பார்க்கிறான்.]

சீதாநாத்: நீ ஒண்ணும் நெனைச்சுக்காதே கொணா.

கொணா: (சிரித்துக்கொண்டே) திடீர்னு என்கிட்டே என்ன ஃபார்மாலிடி?

சீதாநாத்: இல்ல. ஃபார்மாலிடி ஒண்ணுமில்லை கொணா. சும்மாத்தான்.

கொணா: சும்மா என்ன?

சீதாநாத்: என்னாலே உனக்கு ரொம்பக் கவலை. எனக்குத் தெரியும். இனிமே கவலைப்படாதே. எல்லாம் சரியாயிடும். எல்லாமே... எல்லாமே சரியா யிடும்.

[கொணா பேசாமல் பார்த்துக்கொண்டிருக் கிறாள்.]

போ. எனக்கு ஒரு மணி நேரம் டைம் தா.

[கொணா போகிறாள். சீதாநாத் கதவைத் தாளிடுகிறான்.]

விஜய் உன்கிட்டே ஆர்க்யூ பண்ணும்போது 'லோலிடா'வோட ஆசிரியர் காட்டியிருக்கற பெர்வர்ஷன் நடக்காதுன்னு சொன்னேன். நீ நடக்கும்னு சொன்னே நினைவிருக்கா?

விஜய்: இருக்கு.

சீதாநாத்: நான் தப்பாச் சொன்னேன். இல்ல. தப்பு இல்ல. பொய் சொன்னேன். தெரிஞ்சேதான் பொய் சொன்னேன். எனக்குத் தெரியும் இந்த மாதிரி நடக்கும்னு. நடக்கும்னு தெரியும். ஆனா, ஒத்துக்க விரும்பலை. அதனாலேதான் நடக்காதுன்னு சொன்னேன்.

விஜய்: நடக்கும்னு எப்படித் தெரியும்?

சீதாநாத்: நான் பாத்திருக்கேன்.

விஜய்: எங்கே பாத்திருக்கே?

சீதாநாத்: முதல்லே மத்திய பிரதேசத்திலே ஒரு காட் டிலே பாத்திருக்கேன். ரொம்ப நாள் முன் னால சம்மர் வெகேஷனுக்கு நானும் கொணா வும் சம்பல்கட்டுக்குப் போயிருந்தோம். சம்பல் கட்லே காட்டுக்கு நடுவிலே ஒரு உடைஞ்ச

கோட்டை இருக்கு. பகல் நேரத்திலேகூட யாரும் அங்கே போக மாட்டாங்க. திருடர் களும் கொள்ளைக்காரர்களும் அங்கே ஒளிஞ் சிருப்பாங்கன்னு கிராமத்து ஜனங்க சொல்லு வாங்க. அது உண்மையா என்னன்னு எனக்குத் தெரியாது. ஆனா, ஒரு கடைப்பட்ட கொள் ளைக்காரன் - ஒரு கொலைகாரப் பாவி...

[திடீரென்று உடம்பு உதறலுடன் நிற்கிறான்.]

இல்ல. கொள்ளைக்காரனைப் பத்தி பின் னாலே சொல்றேன். அதுக்கு முன்னாலே பார்வதியைப் பத்திச் சொல்லறது அவசியம். பார்வதி துறுதுறுப்பான பத்து வயசுச் சின்ன பொண்ணு. என்மேலே அவளுக்கு ரொம்ப ஆசை. நான் ஒரு நாள் அவளை... அவளை அறைஞ்சிட்டேன். அதனாலே அவ ரோஷப் பட்டுக்கிட்டு காட்டுக்கு... காட்டுக்குப் போய் ஒரு கொள்ளைக்காரனோட கையிலே... ஒரு கொலைகாரப் பாவியோட கையிலே விழுந்து ...

விஜய்: *(சட்டென்று அழுத்தந்திருத்தமான குரலில்)* அது என்ன உன்னோட குத்தமா?

சீதாநாத்: *(துணுக்குற்று)* ம்?

விஜய்: நீ கோபத்திலே ஒரு அறை விட்டதாலே எல்லா விபத்துக்கும் பொறுப்பை உன் தலையிலே போட்டுக்க முடியுமா? you are a fool!

சீதாநாத்: *(லேசாகச் சிரித்து)* கொணா உன்கிட்டே எல் லாத்தையும் சொல்லிட்டா, இல்ல?

விஜய்: ஆமா. சொல்லிட்டா. சொல்லும்படி நான் தான் கேட்டேன். ஏதோ குத்தம் செஞ்சிட்டதா கற்பனை செஞ்சுகிட்டு உன்னை நீயே...

சீதாநாத்: உனக்கு ஒண்ணும் தெரியாது விஜய். ஒண்ணுமே தெரியல. கொணாவுக்கும் தெரியாது.

விஜய்: கொணாவுக்கும் தெரியாது?

சீதாநாத்: நான் ஏன் பார்வதியை அடிச்சேன், ஏன் நான் சம்பல்கட்லேர்ந்து ஓடி வர ஆசைப்பட்டேன், அங்கேயிருந்து பிச்சுக்கிட்டு - பார்வதி கிட்டேருந்து தள்ளிவர ஆசைப்பட்டேன் எதுக்குமே உங்களுக்குக் காரணம் தெரியாது. கடைசிவரைக்கும் என்னாலே அங்கேயிருந்து வர முடியலியே! ஐயோ ஏன் என்னாலே முடியலை!

[சீதாநாத் கிட்டத்தட்ட கத்திக்கொண்டே எழுந்திருக்கிறான்.]

விஜய்: என்ன சொல்றே நீ?

சீதாநாத்: *(உயிரற்ற குரலில்)* பெர்வர்ஷன்.

விஜய்: சீதாநாத்!

சீதாநாத்: *(பலவீனமான குரலில்)* லோலிடா. பார்வதி. கொணாவுக்குத் தெரியாது. கொணாவுக்குத் தெரியாது. அந்தக் கொள்ளைக்காரன் நானாகவே இருக்கலாம். இருக்கறதுக்கான சாத்தியம் இருக்கு.

விஜய்: *(கூச்சலாக)* ஒருநாளும் இருக்காது.

சீதாநாத்: *(அது காதில் விழாததுபோல்)* ஒவ்வொரு நாளும் ராவும் பகலும் ஆயிரமாயிரம் லட்ச லட்சம் விஷ ஜீவ அணுக்கள் மனசுக்குள்ளே உண்டாச்சு. மனசு முழுக்கவும் விஷம் பரவிச்சு. ராவும் பகலும் வேதனையிலே தவிச்சேன். என் மனசாட்சியோட உயிரை விட்டுச் சண்டை

போட்டேன். தப்பிச்சு வர ஆசைப்பட்டேன். முடியலை. அவளை விலக்க முயற்சி செய்தேன். அடிச்சேன். ஆனா என்ன ஆச்சு! ஏன் அவளை அடிச்சேன்? ஏன் அவள் காட்டுக்கு ஓடினாள் ? ஏன்? ஏன்?

[விஜய் ஓடி வந்து சீதா நாத்தின் இரு தோள் களையும் அழுத்திப் பிடித்து உலுக்குகிறான்.]

விஜய்: சீதாநாத்! சீதாநாத்! என்னவாயிருக்கும்னு நினைச்சுநினைச்சு உன்னையே ஏன் அழிச்சுக் கறே? அதுதான் நடக்கலையே. பார்வதி கொள் ளைக்காரன் கையிலே விழுந்திருக்கா.

சீதாநாத்: ஆனா கொள்ளைக்காரன் கையிலே விழாமே என் கையிலே விழுந்திருந்தா?

விஜய்: என்ன ஆகி இருக்கும்? நீ அவளை ஆபத் தில்லாமே திருப்பி அழைச்சுகிட்டு வந்தி ருப்பே. சீதாநாத், என்ன ஆகியிருக்கும் என்ன ஆகியிருக்கும்னு மனசப்போட்டு உழப்பிக்கிறத நிறுத்து. என்ன நடந்ததோ அதை ஏத்துக்கோ. இறந்த காலம்னு நினைச்சுக்கோ. விபத்துன்னு நினைச்சுக்கோ. நினைச்சு எல்லாத்தையும் மறந்துட முயற்சி செய்.

சீதாநாத்: (மிகவும் அமைதியாக) ஆமா, விபத்துதான். கடந்தகாலம்தான். ரொம்ப வருஷம் ஆயிடுச்சு. கிட்டத்தட்ட பத்து வருஷம். ஸ்கூல் வேலை யிலே மூழ்கி மெல்லமெல்ல மறந்திருந்தேன். ஸ்டூடண்ஸ், டீச்சர்ஸ் எல்லோரும் எங்கிட்ட மரியாதை காட்டினாங்க, அன்பா இருக்காங்க. கொணா இருக்கா. ஆயிரம் தப்பு பண்ணி னாலும் கொணா என்னைவிட்டுப் போக

மாட்டாள், ஆனா... ஆனா பார்வதி திரும்பி வந்துட்டா.

விஜய்: நீ என்ன சொல்றே?

சீதாநாத்: அவள் திரும்பி வந்திருக்கா. முதல்லே எனக்குத் தெரியலை. நான் ஜாக்கிரதையா இருக்கலை. எனக்குத் தெரிஞ்சப்போது எனக்கு வேற வழி இல்ல. அந்த விஷம் மறுபடியும் மனசு முழுக்க நிறைஞ்சு போச்சு. விஜய் எனக்கு வழியே தெரியலை. அசோக்கை ஸ்கூல்லேர்ந்து விரட்டினேன். பிதுபாபுவோட சண்டை. ஆனா மனசிலே விஷம் போக மாட்டேங்குது. பார்வதி திரும்பி வந்துட்டா விஜய்! பார்வதி திரும்பி வந்துட்டா!

விஜய்: என்ன தத்துபித்துன்னு உளறரே! எங்கே பார்வதி?

[சீதாநாத் குழப்பத்துடன் விஜய்யைப் பார்க்கிறான். பிறகு மெல்லமெல்ல முகத்தைத் திருப்பிக்கொள்கிறான். முகத்தில் குழப்பம் மறைந்து உறுதி பரவுகிறது. அமைதியான ஆனால், தெளிவான குரலில் ஒரு சொல் அவன் வாயிலிருந்து வருகிறது.)

சீதாநாத்: கௌரி.

விஜய்: (மறுப்புக் குரலில்) இல்ல!

சீதாநாத்: (உறுதியான குரலில்) ஆமா, விஜய். கௌரி. பார்வதி வேணுமானா இறந்த காலமா இருக்கலாம். ஆனா, கௌரி நிகழ்காலம். பார்வதி வேணுமானா வேற ஒரு கொள்ளைக்காரன் கையிலே விழுந்திருக்கலாம். ஆனா, கௌரியைப் பத்தி யாராலே சொல்ல முடியும்?

விஜய்: உன்னாலே சொல்ல முடியும். உன் மனசிலே என்ன இருந்தாலும் இருக்கட்டும். வெளியே அது தெரியாது. எனக்கு உன்னைத் தெரியும்.

சீதாநாத்: இல்ல, விஜய். உனக்கு என்னைத் தெரியாது.

விஜய்: உன்னை எனக்குத் தெரியும். எல்லா விஷயத்திலேயும் உனக்கு ரொம்ப செல்ஃப் கண்ட்ரோல் உண்டே. சீதாநாத். இந்த விஷயத்திலே உன்னாலே கண்ட்ரோல் பண்ணிக்க முடியாதா? கௌரிகிட்டேயிருந்து நீ தள்ளி வர முடியாதா?

சீதாநாத்: ரொம்ப முயற்சி செஞ்சேன்.

விஜய்: இன்னும் செய். இது சம்பல்கட் காடு இல்ல. இங்கே உனக்கு ஸ்கூல் இருக்கு. வேலை இருக்கு. கொணா இருக்கா. நான் இருக்கேன். இன்னும் முயற்சி செய். கண்டிப்பா உன்னாலே முடியும்.

சீதாநாத்: எனக்குத் தெரியாது.

விஜய்: கேளு சீதாநாத், இன்னிக்கி நீ என்கிட்டே சொல்ல முடிஞ்சுது. அதுவே உனக்குப் பெரிய சக்தியைக் கொடுக்கும். இத்தனை நாள் மனசுக்குள்ளேயே பொத்திப் பொத்தி வச்சு பெரிய தப்பு பண்ணிட்டே. யோசனை செஞ்சு பாரு. யோசனை செஞ்சு பாரு, நான் சொல்லறது உண்மையா இல்லையான்னு.

சீதாநாத்: யாருக்குத் தெரியும்? இருக்கலாம். இன்னிக்கித் தெருவச் சுத்திக்கிட்டே நிறைய யோசனை பண் ணினேன். இருக்கலாம். செல்ஃப் கண்ட்ரோல் பண்ணிக்கற சக்தி எனக்கு இருக்கலாம்.

விஜய்: இருக்கலாம் இல்ல சீதாநாத். நிச்சயமா உன்னாலே முடியும்.

சீதாநாத்: ஒரு கேள்விக்கு மட்டும் பதில் சொல்லு விஜய்.

விஜய்: கேளு.

சீதாநாத்: பார்வதியைப் பாழடிச்ச அந்தக் கொள்ளைக் காரனுக்குத் தூக்குத் தண்டனை தவிர வேறு தண்டனை இருக்கா?

விஜய்: சீதாநாத் இந்தப் பேச்சையெல்லாம்...

சீதாநாத்: இன்னிக்கி கௌரியை நீ பாத்தே இல்ல!

விஜய்: பாத்தேன்.

சீதாநாத்: கௌரியை... கௌரியை யாராவது... நீ கேள்விப்பட்டா...

விஜய்: பேசாமலிரு.

சீதாநாத்: அவனுக்குத் தூக்குத் தண்டனை கிடைச்சிருக் குன்னு காதிலே விழுந்தா அது அநியாயம்னு உனக்குத் தோணுமா?

விஜய்: சீதாநாத், நீ...

சீதாநாத்: சொல்லு விஜய். அந்தத் தண்டனை அநியா யம்னு நினைப்பாயா?

விஜய்: அநியாயம்னு நினைக்க மாட்டேன். (அளவுக்கு அதிகமான அழுத்தத்துடன்) ஆனா சீதாநாத், உனக்குத் தெரியும் நீ அந்தக் கொள்ளைக் காரன் இல்ல. ஒருநாளும் ஆகவும் மாட்டே. முயற்சி செய்தாலும் நீ அந்த மாதிரி ஆக மாட்டே. அது உனக்குத் தெரியும். மனசுக் குள்ளே நீ நினைக்கறதெல்லாம், விரும்பறதெல் லாம் உன் மனசுக்குள்ளேதான். ஒருநாளும் ஒருநாளும் ஒரு தடவைகூட வெளிலே வராது. உனக்குத் தெரியும். தெரியாது?

[சீதாநாத்தின் முகத்தில் ஆழ்ந்த அமைதி. குரலில் சாந்தம்.]

சீதாநாத்: ஆமா விஜய். தெரியும். இப்போ தெரியுது. ஒருநாளும் - ஒருநாளும் கௌரிக்கு என் னாலே ஒரு கெடுதலும் வராது. ஒருநாளும் வராது.

[விஜய் மகிழ்ச்சியுடன் சீதாநாத்தின் கையை இறுகப் பிடித்துக்கொள்கிறான்.]

விஜய்: சீதாநாத்.

[சீதாநாத் அலமாரியிலிருந்து ஒரு ஆல்பத்தை எடுத்துவருகிறான்.]

சீதாநாத்: இதைப் பாரு. இது யாருன்னு தெரியுதா?

விஜய்: கௌரியா?

சீதாநாத்: அவளோட எட்டாவது பர்த்டேயிலே எடுத்தது. நான்தான் எடுத்தேன். போட்டோ நல்லா இல்ல?

விஜய்: ரொம்ப அழகாத்தான் இருக்கு.

சீதாநாத்: இன்னும் ஒரு படம் காட்டறேன் உனக்கு.

[அறையின் ஏதோ ஒரு முக்கிலிருந்து அட்டை போட்ட ஒரு தடிமனான புத்தகத்தைக் கொண்டுவருகிறான். அட்டையின் உள்பக்கத் திலிருந்து ஒரு பழைய போட்டோவை எடுக் கிறான்.]

விஜய்: பார்வதியா?

சீதாநாத்: ஆமா. இதுவும் நான் எடுத்ததுதான். பார்வதி யைப் பத்தின எல்லாத்தையும் துடைச்சு எறிஞ்சுட்டேன். இந்தப் போட்டோவை மட் டும்தான் மறைச்சு வச்சிருந்தேன். கொணா வுக்குக்கூடத் தெரியாது. இந்த ரெண்டு போட் டோவிலேயும் ஏதாவது ஒத்துமை இருக்கா?

விஜய்:	சொல்லும்படியா ஒண்ணும் இல்ல. கண் மட்டும்...
சீதாநாத்:	ஆமா. கண். அந்தக் கண்ணுலேதான் ஆச்சரியமான ஒத்துமை. அப்புறம் நிறம். ரெண்டு பேருமே நல்ல வெளுப்பு.

[சீதாநாத் போட்டோவை மேஜைமேல் வைத்து விட்டு ஒரு காகிதத்தையும் பேனாவையும் எடுத்துக்கொண்டு உட்காருகிறான்.] மணி என்ன விஜய்?

விஜய்:	எட்டே முக்கால்.
சீதாநாத்:	(எழுதிக்கொண்டே) நீ எனக்கு ஒரு உதவி செய்வியா?
விஜய்:	என்ன சொல்லு.
சீதாநாத்:	கொஞ்சம் வெளியே போகணும்.
விஜய்:	எங்கே போகணும் சொல்லு.

[சீதாநாத் காகிதத்தை மடித்து விஜய்யின் கையில் கொடுக்கிறான்.]

சீதாநாத்:	இந்த லெட்டரை பிதுபாபுவின் வீட்டிலே கொடுத்துடறயா?
விஜய்:	இன்னிக்கி ராத்திரியேவா?
சீதாநாத்:	ஆமா. இன்னிக்கே. இப்பவே.
விஜய்:	என்ன எழுதியிருக்கே.
சீதாநாத்:	படிச்சுப் பாரேன்.

[விஜய் படிக்கிறான். அவன் முகம் பிரகாசமடைகிறது.]

விஜய்:	சீதாநாத், உண்மைதானா?
சீதாநாத்:	ஆமா. நபகோவின் தப்புக்கு - என்னோட தப்புக்கு - அசோக்கைத் தண்டிக்கக் கூடாது. பிதுபாபு சரியாத்தான் சொன்னார்.

விஜய்: ஆனா இதை நாளைக்கு நீ ஸ்கூல்லே ...

சீதாநர்த்: இல்ல விஜய். பிதுபாபுகிட்டே இப்பவே தெரிவிக்கிறது அவசியம். இன்னிக்கி ரொம்ப மோசமா நடந்துகிட்டிருக்கேன். நீ போ. இப் பவே போ. இல்லாட்டா எனக்கு நிம்மதியே இருக்காது.

விஜய்: கொணா?

சீதாநாத்: கொணாவை நான் கூப்பிட்டுக்கறேன். நீ போ. நேரம் கடத்தாதே. நாளைக்கு வா. காலைலேயே வா.

விஜய்: காலைலேயேவா?

சீதாநாத்: ஆமா. காலைலேதான். நீ இங்கு வர்றது அவசியம். ரொம்ப அவசியம்.

விஜய்: சரி வர்றேன்.

[சீதாநாத் சட்டென்று விஜய்யின் கையை அழுத்திப் பிடித்துக்கொள்கிறான்.]

சீதாநாத்: உன்னை மாதிரி நண்பன் எனக்கு யாருமில்லை விஜய். நீ... நீ புரிஞ்சுப்பியா?

விஜய்: என்ன புரிஞ்சுக்கணும்?

சீதாநாத்: என்னை. போ. நேரமாக்காதே.

[கிட்டத்தட்ட விஜய்யை வெளியே பிடித்துத் தள்ளுகிறான். கதவைத் தாளிடுகிறான். திரும்பி வந்து பொட்டலத்தை எடுத்து மேஜை மேல் வைக்கிறான். பார்வதியின் போட்டோ கண் ணில் படுகிறது. கையில் எடுத்துக்கொள்கிறான்.]

பார்வதி அந்தக் கொள்ளைக்காரனுக்கு இத் தனை நாள் தூக்குத் தண்டனை கொடுக்கலை. இன்னிக்கித் தரப் போறேன்.

[பொட்டலத்தைப் பிரித்து ஸ்கிப்பிங் கயிற்றை வெளியே எடுக்கிறான். சீதாநாத் கயிற்றைத் தடவிக் கொடுத்து அதன் ஸ்பரிசத்தை அனுபவிக்கிறான். பிறகு ஆல்பத்தை எடுக்கிறான்.]

கௌரி! கௌரி! உனக்கு இனிமேல் பயமில்லை. அந்தக் கொள்ளைக்காரன் உன்னைத் தொட முடியாது. அவனுக்கு நான் தூக்குத் தண்டனை தரப் போறேன். பார்வதியைக் காப்பாத்த முடியலை. ஆனா உனக்கு ஒரு பயமும் இல்ல. உன்னோட அங்கிள் அந்தக் கொள்ளைக்காரனுக்குத் தூக்குத் தண்டனை தரப் போறார்.

[சீதாநாத் கயிற்றில் சுருக்குப் போடுகிறான். அதன் பின் கொணாவின் போட்டோவை எடுத்து வைத்துக்கொள்கிறான்.]

போறேன். கொணா. ஒண்ணும் மனசிலே நினைச்சுக்காதே.

[போட்டோவைக் கீழே வைக்கிறான். மேலே விட்டத்தைப் பார்க்கிறான். அதன் பிறகு கயிற்றைப் பார்க்கிறான். மீண்டும் விட்டத்தைப் பார்க்கிறான். மெல்லமெல்லத் திரை விழுகிறது.]

மூன்றாம் அங்கம்

[ஷரதிந்து படிக்கிறான். வசந்தி கன்னத்தில் கை வைத்துக்கொண்டு உட்கார்ந்து கேட்டுக் கொண்டிருக்கிறாள்.]

ஷரதிந்து: 'போறேன் கொணா ஒண்ணும் நினைச்சுக் காதே.' இதற்கு மேல் கொணாவிடம் சொல் வதற்கு சீதாநாத்திற்கு ஒன்றுமில்லை. அவனுக்கு இனிமேல் கவலையில்லை. ஓர் ஆழ்ந்த நிம்மதி. விவரிக்க முடியாத ஒரு நிம்மதியில் புண்பட்டிருந்த அவன் மனம் திளைத் திருந்தது. இனிமேல் அவனுக்குக் கவலை இல்ல. இனிமேல் பயம் இல்ல. கையில் பாம்புபோல் கயிறு தொங்குகிறது. சீதாநாத் விட்டத்தைப் பார்க்கிறான். மர உத்தரத்தில் தொங்கிக்கொண்டிருக்கும் இரும்புக் கொக்கி அவனுக்கு விடுதலையின் நிம்மதியைத் தரு கிறது.

[ஷரதிந்து காகிதங்களைக் கீழே வைக்கிறான். வசந்தி பிரமித்து உட்கார்ந்திருக்கிறாள்.]

வசந்தி: என்னோட கதையைவிட ரொம்பவே நல்லா யிருக்கு.

ஷரதிந்து: இதுக்குப் பேர்தான் விமர்சனமா?

வசந்தி: நான் என்ன விமர்சகரா?

ஷரதிந்து: உன்னோட மனசிலே ஏதோ ஒரு கேள்வி இருக்கு.
வசந்தி: அப்படி யார் சொன்னாங்க?
ஷரதிந்து: உன்னோட முகத்தைப் பாத்தாலே தெரியுமே!
வசந்தி: இல்ல. கேள்வி இல்ல. ஆனா...
ஷரதிந்து: என்ன?
வசந்தி: உண்மையிலேயே சீதாநாத் என்ன காரணத் துக்காகத் தற்கொலை செஞ்சுகிட்டார்னு யோசிக்கறேன்.
ஷரதிந்து: அதாவது நான் காட்டியிருக்கற காரணம் நடக்கக்கூடியதுன்னு உனக்குத் தோணலை. இல்லையா?
வசந்தி: இல்ல; இல்ல. ஏன் நடக்க முடியாது? நிச்சயமா நடக்கக்கூடியதுதான். ஆனா இது உங்களோட கதையாச்சே.
ஷரதிந்து: என்னோட கதை நடக்கக்கூடியது. ஆனா - உண்மையான நிகழ்ச்சி எதுவுமே என்னோட கதையிலே இல்ல. அப்படித்தானே?
வசந்தி: நீங்க தப்பாப் புரிஞ்சுகிட்டீங்க நான்...
ஷரதிந்து: (சிறிது பொறுமையிழந்து) நான் சரியாத் தான் புரிஞ்சுக்கிட்டிருக்கேன். நீ கொஞ்சம் யோசனை பண்ணிப்பாரு. உனக்குப் புரியும்.
வசந்தி: உங்களுக்கு ஏன் கோபம் வருது?
ஷரதிந்து: (சிறிது கோபத்துடன்) எனக்குக் கொஞ்சங் கூடக் கோபம் இல்ல. இதில் கோபப்படறதுக்கு ஒண்ணும் இல்ல.
வசந்தி: நான்தான் சொன்னேனே உங்க கதை என் னோடதைவிட ரொம்பவே நல்லா இருக் குன்னு.

ஷரதிந்து: இந்தக் கருத்து யாருக்கு வேணும்?

வசந்தி: அப்ப உங்களுக்கு என்ன வேணும் சொல்லுங்க?

ஷரதிந்து: நான் உன் கதையிலே நடக்கக்கூடியது நடக்க முடியாததுன்னு வச்சு யோசனை பண்ணினேன். மனசிலே பட்டதை வெளிப்படையாச் சொன்னேன். ஆனா நீ 'கதை நல்லா இருக்கு'ன்னு சொல்லிட்டு வாயை இறுக்கி மூடிக்கிட்டே. மனசுக்குள்ளே என்னோட கதையை ஒதுக்கித் தள்ளிட்டு உக்காந்திருக்கே.

வசந்தி: *(சிறிது பொறுமையிழந்து)* நான் கதையை ஒதுக்கித் தள்ளினேன்னு எப்படி உங்களுக்குத் தெரியும்?

ஷரதிந்து: *(வேகத்துடன்)* ஒதுக்கலை? உண்மையைச் சொல்லு. இந்தக் காரணத்தினாலே தான் சீதாநாத் தற்கொலை செய்துக்கிட்டான்னு நீ நம்பறயா?

வசந்தி: ஆனா...

ஷரதிந்து: சொல்லு, நம்பறயா?

வசந்தி: ஆனா, சீதாநாத் உண்மையிலேயே எதுக்காகத் தற்கொலை செய்துகிட்டான்னு நமக்கு எப்படித் தெரியும்?

ஷரதிந்து: *(இன்னும் வேகத்துடன்)* அதானே. உண்மையான காரணம் நான் எழுதினது இல்ல. உண்மையான காரணம் வேற. நான் எழுதினதெல்லாம் ஆரம்பத்திலேர்ந்து கடைசி வரைக்கும் தப்பு.

(காகிதங்களை மேஜையின் மீது விசிறி எறிகிறான்.)

வசந்தி: (வேகத்துடன்) ஆரம்பத்திலேர்ந்து கடைசி வரைக்கும் தப்புன்னு நான் சொல்லவே இல்ல. உண்மையான காரணம் உங்களுக்கு எப்படித் தெரியும்னுதான் கேட்டேன். நீங்க எழுதினதெல்லாம் உங்களோட கற்பனைதானே?

ஷரதிந்து: (கூச்சலாக) கற்பனைன்னாலே முதல்லேர்ந்து கடைசிவரைக்கும் தப்பாத்தான் ஆகணும் இல்லையா?

வசந்தி: என்ன வேடிக்கை! உங்களுக்கு என்ன ஆச்சு?

[ஷரதிந்து அடிவாங்கினவன்போல் தன் இயல்புக்குத் திரும்புகிறான்.]

ஷரதிந்து: ம்? (சிறிது தயங்கி) வசந்தி!

வசந்தி: என்ன?

ஷரதிந்து: எனக்குத் தோணுது சீதாநாத்தோட தற்கொலையை வச்சுக்கிட்டு நாம ரொம்ப அதிகமாகவே தலையை உடைச்சுக்கறோம்னு.

வசந்தி: ஆமா. இது எப்படி நம்மை இவ்வளவு குழப்பி எடுக்குது பாத்தீங்களா?

ஷரதிந்து: (சிறிது வலிந்து சிரித்து) சீதாநாத்தின் பிசாசு நம்ப தலைமேலே உக்காந்துக்கிட்டு அழுத்துதுன்னு எனக்குத் தோணுது.

[வசந்திக்கு திடீரென்று நடுக்கம் ஏற்படுகிறது.]

என்ன ஆச்சு.

வசந்தி: (எழுந்து) இல்ல. ஒண்ணும் இல்ல. எனக்குக் கொஞ்சம் படுத்துக்கணும். தூக்கம் வருது.

ஷரதிந்து: எனக்குக் கொஞ்சங்கூடத் தூக்கம் வரலை.

வசந்தி: உண்மைலே எனக்குக்கூடத் தூக்கம் வரலை. ஆனா மணி பதினொண்ணு அடிச்சாச்சு. நாளைக்குத் திங்கக்கிழமை.

ஷரதிந்து: இன்னிக்கி எனக்குத் தூக்கமே வராதுன்னு தோணுது.

வசந்தி: (தனக்குத் தானே நம்பிக்கையூட்டிக் கொள்வது போல) தூக்கம் வரும். படுத்தாத் தூக்கம் வரும். நான் படுக்கப் போறேன்.

ஷரதிந்து: போ. நான் இன்னும் கொஞ்ச நேரம் கழிச்சு வர்றேன்.

வசந்தி: நேரமாக்காதீங்க. நாளைக்குத் திங்கக்கிழமை.

[தூங்க வேண்டும் என்ற முடிவுடன் வசந்தி படுக்கையறைக்குள் செல்கிறாள். ஷரதிந்து வெறித்த பார்வையுடன் சிறிது நேரம் உட்கார்ந்துவிட்டுத் தான் எழுதிய காகிதங்களில் கண்களை ஓட்டுகிறான். பக்கங்களைத் திருப்புகிறான். அறையில் ஒளி மங்கிக்கொண்டு வருகிறது. விளக்கொளியில் நீலம் கலந்திருக்கிறது. சமையலறையின் நுழைவிடத்தில் அரை குறை இருட்டில் சீதாநாத்தின் உருவம் மங்கலாகத் தெரிகிறது. உருவம் அசையாமல் விறைப்பாக நிற்கிறது. ஷரதிந்து எரிச்சலுடன் காகிதங்களை மேஜையின் மேல் விசிறி எறிகிறான். முணுமுணுவென்று ஏதோ சொல்கிறான். 'ரப்பிஷ்' என்று சொல்லியிருக்கலாம். சட்டென்று சீதாநாத் அங்கே இருப்பதை உணர்ந்துகொள்கிறான். பின்னால் திரும்பாமலேயே உணர்ந்துகொண்டு விடுகிறான்.]

ஷரதிந்து: யார்?

[சீதாநாத் பதில் சொல்லவில்லை. ஓரடி முன்னால் வருகிறான். சிறிது வெளிச்சத்துக்கு வருகிறான். ஷரதிந்து அப்போதும் பின்னால் பார்க்கவில்லை.]

சீதாநாத்: நான்தான் சீதாநாத்.

ஷரதிந்து: சீதாநாத் சக்ரவர்த்தியா?

சீதாநாத்: ஆமாம். ஏன், என்னை அடையாளம் தெரிய லையா?

[சீதாநாத் பேசிக்கொண்டே மிகவும் இயல்பாக முன்னால் வருகிறான். இப்போதிலிருந்து அவன் ஒரு மனிதன்தான். ஷரதிந்து மெல்லமெல்ல அவன் பக்கம் பார்க்கிறான்.]

ஷரதிந்து: அடையாளம் தெரியுது. ஆனா ஒண்ணும் புரியலை.

சீதாநாத்: சுலபமான விஷயம். புரியறது கஷ்டம். சுலபமான விஷயத்தை யாரும் புரிஞ்சுக்கறதில்லை. யாரும் புரிஞ்சுக்க விரும்பறதில்லைன்னு தோணுது.

ஷரதிந்து: எனக்கு ஒண்ணும் புரியலை.

சீதாநாத்: நானும் அதைத்தான் சொல்றேன். உனக்குப் புரியலை. உன்னோட பொண்டாட்டிக்குப் புரியலை. கொணாவுக்குப் புரியலை. யாருக்குமே புரியலை. எப்படிப் புரியும்? சுலபமான விஷயமாச்சே.

ஷரதிந்து: சுலபமான விஷயம்னா புரியாதா? ஏன்?

சீதாநாத்: யாருக்குத் தெரியும்? பயத்தாலே இருக்கலாம்.

ஷரதிந்து: என்ன பயம்?

சீதாநாத்: சரியான காரணத்தை ஆராய்ஞ்சு கண்டு பிடிக்கிற திறமை வந்துடுமோங்கற பயம் தான். சுலபமான விஷயம் புரிஞ்சுதுன்னா இந்தத் திறமை வரும். திறமை வந்துதுன்னா அதை ஏத்துக்கணும். ஏத்துக்கிட்டா அந்தத்

திறமை அதிகமாகும். காரணகாரியத்தை ஆராய்ஞ்சு ஒரு முடிவுக்கு ஒரு தீர்மானத் துக்கு வரக்கூடிய திறமை அதிகமாகும். இந்தத் திறமையைக் கண்டு மனுஷன் பயப்படறான்.

ஷரதிந்து: தீர்மானம்னா?

சீதாநாத்: முடிவான தீர்மானம். இறுதியான தீர்மானம். இந்தத் தீர்மானத்துக்கு வந்துட்டா அப்புறம் காரணகாரியங்களை ஆராய்ஞ்சு மண்டையை உடைச்சுக்க வேண்டியதில்லை. ஒண்ணு தீர் மானத்துக்கு வர திறமையை ஒத்துக்கணும். இல்லாட்டா காரணகாரியத்தை ஆராய்ற திற மையை ஒத்துக்காம பின்னுக்குப் போகணும்.

ஷரதிந்து: புரியலை.

சீதாநாத்: எப்படிப் புரியும்? சுலபமான விஷயமாச்சே.

ஷரதிந்து: (சிறிது பார்த்துக்கொண்டிருந்துவிட்டு) நீ ஏன் தற்கொலை செஞ்சுகிட்ட?

சீதாநாத்: தற்கொலை செஞ்சுக்காம என்ன செய்யறது?

ஷரதிந்து: என்ன செய்யறதுன்னா? எல்லோரும் என்ன செய்யறாங்களோ அதைச் செய்யறது.

சீதாநாத்: எல்லோரும் என்ன செய்யறாங்க?

ஷரதிந்து: எத்தனையோ காரியங்களைச் செய்யறாங்க. ஒவ்வொருத்தருக்கும் ஏதோ வேலை இருக்கு. செய்யறத்துக்கு எத்தனையோ வேலை இருக்கு. [ஷரதிந்து பேசிக்கொண்டிருக்கும்போது சீதா நாத் நியூஸ் பேப்பர் கட்டிங் ஒட்டியிருக்கும் நோட்டை எடுத்துப் பார்க்கிறான்.]

சீதாநாத்: நியூஸ் பேப்பர்லேர்ந்து கட் பண்ணி ஒட்ற வேலை மாதிரியா?

ஷரதிந்து: அப்படியா சொன்னேன்?

[சீதாநாத் நோட்டின் பக்கங்களைப் புரட்டிக் கொண்டே மேடையின் மறுபக்கத்திற்குச் செல்கிறான். அவன் ஷரதிந்துவுக்கு முதுகைக் காட்டிக்கொண்டு நிற்கிறான்.]

சீதாநாத்: ஏன் இருக்கக் கூடாதா? இதுவும் ஒரு வேலை தானே? செய்யற மாதிரி ஒரு வேலை.

ஷரதிந்து: ஆமா. ஏன் இருக்கக் கூடாது?

சீதாநாத்: நானும் கட்டிங் சேர்த்து வச்சிருக்கேன். செய்தி களைச் சேர்த்து வைக்கலை. எல்லாம் படங்கள். செய்திகளோட படங்கள்.

ஷரதிந்து: செய்திப் படங்களா?

சீதாநாத்: ஆமா. பாக்கறயா?

[நோட்டை மூடிவிட்டுத் திரும்பிப் போகிறான். திரும்பி வந்து ஷரதிந்துவின் கையில் கொடுக் கிறான். ஷரதிந்து அதை மேஜையின் மேல் வைத்துவிட்டு உட்கார்ந்துகொண்டு பிரிக் கிறான். ஏதோ புது நோட்டைப் பிரிப்பது போல் பிரிக்கிறான். முதல் பக்கத்தைப் பிரிக்க வில்லை. நடுவில் ஒரு பக்கத்தைப் பிரிக்கிறான். சீதாநாத் அவன் பின்னால் நின்றுகொண்டு அவன் தோள் வழியாகப் பார்த்துக்கொண் டிருக்கிறான். வளைந்து நிற்காமல் நிமிர்ந்து நின்றுகொண்டிருக்கிறான்.]

அது என்னன்னு தெரியுதா?

ஷரதிந்து: இது மகாபாரதப் படம் இல்ல?

சீதாநாத்: ஆமா. துச்சாதனனோட ரத்தத்தை உறிஞ்சற கட்டம். பீமன் பழி வாங்கறான். கதை தெரியு மில்லையா?

[ஷரதிந்து பதில் சொல்லாமல் பக்கங்களைப் புரட்டுகிறான்.]

பழங்காலத்து ஈஜிப்டின் படம். அடிமைகள் பிரமிட் கட்றதுக்காக கல் தூக்கிக்கிட்டு போறாங்க. அதோ பாத்தியா எஜமானங்க கையிலே சாட்டை? பசுவோட தோலாலே செஞ்சது. ரொம்ப உறுதியானது. [ஷரதிந்து பக்கத்தைத் திருப்புகிறான்.]

ரோமானிய அரசன் படகிலே உல்லாசப் பயணம் போறான். அடிமைகள் படகு ஓட்றாங்க. அந்தச் சாட்டையும் தோலால் ஆனதுதான். அதிலே முடிச்சுப் போட்டு இன்னும் பயங்கரமானதா ஆக்கி வச்சிருக்காங்க.

ஷரதிந்து: *(பக்கத்தைத் திருப்பிக்கொண்டே)* இதெல் லாம் என்ன படம் ஒட்டியிருக்கே?

சீதாநாத்: *(காதில் விழாததுபோல்)* ரோமன் கொலிஸியம். கிறிஸ்துவர்களைச் சிங்கத்துக்கு இரையாப் போடறாங்க.

[ஷரதிந்து யந்திரம்போல் பக்கங்களைப் புரட்டுகிறான். சீதாநாத் வரண்ட உணர்ச்சி யற்ற குரலில் ஒவ்வொரு படத்துக்கும் விளக்கம் சொல்லிக்கொண்டே போகிறான்.]

மரத்திலே கட்டி வச்சு அந்தப் பொண்ணை எரிக் கறாங்க. அவ பேர் ஜான் ஆஃப் ஆர்க் - அது குத்தத்தை ஒப்புத்துக்க வைக்கற மெஷின் - மத்திய காலத்து ஐரோப்பா - இந்தச் சக்கரத்தைச் சுத்தினா இழுக்கற இழுப்பிலே மனுஷனோட எலும்பெல்லாம் நொறுங்கிப் போகும் - நெப்போலியன் ஜெயிச்சப்பறம்

வெற்றி ஊர் வலம் போறான் - அந்தக் கத்தியை எப்படிச் சொருகி வச்சிருக்காங்க பாத்தியா? - அது சஹாரா பாலைவனத்திலே வியா பாரிங்க உபயோகப்படுத்தற பாதை. அடிமை களைச் சங்கிலியாலே கட்டி இழுத்துக்கிட்டுப் போறாங்க. கவனி. அந்தச் சவுக்கு நுனிலே ஒம்பது நாக்கு. ஒவ்வொரு நாக்கிலேயும் ஒரு இரும்புத் துண்டு முடிச்சுப் போட்டு வச்சிருக் காங்க - தென்ஆப்பிரிக்காவிலே அடிமைங்க வயல்லே வேலை செய்யறாங்க. 'அங்கிள் டாம்ஸ் கேபின்' படிச்சிருக்கயா?

[சீதாநாத் இதற்கிடையில் அங்கிருந்து நகர்ந்து விடுகிறான். செய்தித்தாளைக் கையில் வைத்துக் கொண்டிருக்கிறான். இருந்தும் முன் போலவே சொல்லிக்கொண்டு போகிறான். ஷரதிந்துவின் முன்னால் என்ன படம் இருக்கிறது என்பது தெரிவதுபோல் சொல்லிக்கொண்டு போகி றான்.]

முள்வேலிலே கீழ்மட்டத்தைச் சேர்ந்த ஒரு போர் வீரன் தொங்கறான் பார்த்தியா? முதல் உலக மகா யுத்தம்.

[சீதாநாத் கத்தரிக்கோலால் செய்திப் பத்திரி கையிலிருந்து ஒரு படத்தை வெட்டுகிறான்.]

ஹிட்லரோட கான்ஸென்ட்ரேஷன் காம்ப். அவங்கெல்லாம் யூதர்கள். பின்னாலே அதோ... வலது பக்கம் தெரியுதே அந்த வெள்ளைக் கட்டடம்தான் விஷவாயுக்கூடம். அது மாட்ரிடில் ஒரு வீதி. ஸ்பெயின்லே உள் நாட்டுப் போர் நடக்கற சமயம் - அதோ...

கீழே கிடக்கற ஆண் குழந்தையோட வலது கை இல்ல. பாத்தியா? குண்டு வெடிச்சு ஏற்பட்ட அழிவுக் குவியலிலே அந்தக் கை தொலைஞ்சு போச்சு. அது ரெண்டாவது உலக மகா யுத்தத்தோட படம். இரண்டாவது உலக மகா யுத்தத்தோட நிறைய படங்களை நீ பாக்கலாம். பல தேசங்களோடது - ஆமா. அது ஹிரோஷிமா. சரியாத்தான் புரட்டியிருக்கே. ஹிரோஷிமா.

[ஷரதிந்து சத்தத்துடன் நோட்டை மூடிவிட்டு எழுந்து நிற்கிறான். அவன் மூச்சு நின்றுவிடும் போல இருக்கிறது. சீதாநாத் அமைதியாகத்தான் அப்போது வெட்டிய படத்தை அவன் பக்கம் நீட்டுகிறான்.]

வியட்நாம். ஒட்டி வச்சுக்க முடியுமா?

ஷரதிந்து: இதெல்லாம் என்ன படம்?

சீதாநாத்: (அமைதியான குரலில்) செய்திப் படங்கள், ஷரதிந்து.

ஷரதிந்து: போயும் போயும் இந்தப் படங்களையெல் லாம் சேர்ப்பானேன்?

சீதாநாத்: இதுதான் சரித்திரம்.

ஷரதிந்து: சரித்திரமா?

சீதாநாத்: மனுஷனோட சரித்திரம். வாழ்க்கைச் சரித் திரம்.

ஷரதிந்து: பொய்! இது சாவோட சரித்திரம்.

சீதாநாத்: (மென்மையாகச் சிரித்துக்கொண்டே) வாழ்க் கையிலே சாவை விட்டா வேற என்ன இருக்கு?

[ஒரு விநாடி ஷரதிந்து பதில் சொல்லவில்லை. அதன்பின்...]

ஷரதிந்து: ஆனா சாவோட சரித்திரம்தான் மனுஷனோட சரித்திரம்னு எப்படிச் சொல்ல முடியும்?

சீதாநாத்: *(பெருமூச்சு விட்டுக்கொண்டே)* இருக்கலாம் ஒவ்வொரு தனி மனுஷனுக்கும் ஒரு தனி சரித்திரம் இருக்கலாம். இது அது இல்ல. இது மீதிச் சரித்திரம்.

ஷரதிந்து: மீதிச் சரித்திரமா?

சீதாநாத்: ஆமா. மீதிச் சரித்திரம். ஆனா மனுஷனோடது தான்.

[ஷரதிந்து சிறிது நேரம் பார்த்துக்கொண்டிருக் கிறான்.]

ஷரதிந்து: நீ ஏன் தற்கொலை செஞ்சுக்கிட்டே, சீதாநாத்?

சீதாநாத்: நீ ஏன் தற்கொலை செய்துக்கலை ஷரதிந்து?

ஷரதிந்து: *(திகைத்து)* நானா? நான் ஏன் தற்கொலை செய்துக்கணும்?

சீதாநாத்: ஏன் செஞ்சுக்க மாட்டே? காரணம் சொல்லு.

ஷரதிந்து: காரணமா? இதோ ஒரு சாதாரணமான காரணம் - நான் வாழ ஆசைப்படறேன்.

சீதாநாத்: ஏன் வாழ ஆசைப்படறே?

ஷரதிந்து: ஏன் வாழ ஆசைப்படறேனா? வாழ யாருக் குத்தான் ஆசையில்லை?

சீதாநாத்: நிறையப் பேருக்கு ஆசையில்லை.

ஷரதிந்து: அப்படின்னு யார் சொன்னாங்க.

சீதாநாத்: வாழ ஆசைன்னு யார் சொன்னாங்க?

ஷரதிந்து: வாழ ஆசையில்லைன்னா உயிரோடு இருப்பானேன்? தற்கொலை ஏன் செஞ்சுக்கலை - உன்னை மாதிரி.

சீதாநாத்: உயிரோட இல்ல. தற்கொலை செஞ்சுக்கறாங்க. நான் செஞ்சுக்கிட்ட மாதிரி இல்லாம இருக்கலாம்.

ஷரதிந்து: அப்படின்னா?

சீதாநாத்: அப்படின்னா அவங்க கழுத்திலே கயத்தைக் கட்டித் தூக்குமாட்டிக்கல. துணிலே மண்ணெண்ணெயை விட்டுக்கிட்டு எரிஞ்சு போகல்ல. கழுத்திலே கல்லைக் கட்டிக்கிட்டுத் தண்ணிலே குதிக்கல்ல. அவங்க உயிர் வாழறதை நிறுத்திட்டு சத்தமில்லாம உக்காந்திருக்காங்க.

ஷரதிந்து: நீ சொல்றதுக்கு ஒரு அர்த்தமும் இல்ல.

சீதாநாத்: எந்தப் பேச்சுக்கு அர்த்தம் இருக்கு - சொல்லு பாப்போம்.

ஷரதிந்து: மனுஷன் ஒண்ணு, உயிரோட இருப்பான். இல்லாட்டா செத்துப்போவான்.

சீதாநாத்: ரொம்ப அர்த்தமுள்ள பேச்சு. சரியான பேச்சு. அதனாலேதான் நான் செத்தேன்.

ஷரதிந்து: அதனாலேதான் செத்தியா?

சீதாநாத்: அதனாலேதான் செத்தேன், மனுஷன் ஒண்ணு, உசிரோட இருப்பான். இல்லாட்டா செத்துப் போவான். அர்த்தமுள்ள பேச்சு. ரொம்ப தர்க்க ரீதியான பேச்சு. இந்தத் தர்க்கத்தோட முடிவு என்ன?

ஷரதிந்து: என்ன?

சீதாநாத்: என்னன்னா, உசிரோட இருக்க முடியலைன்னா, செத்துப்போ.
ஷரதிந்து: ஏன் உசிரோட இருக்க முடியாது?
சீதாநாத்: ஏன்னு நீ சொல்லு?
ஷரதிந்து: நான் என்ன சொல்லறது? நான்தான் உசிரோட இருக்கேனே!

[சீதாநாத் சிரித்த முகத்துடன் பார்த்துக்கொண் டிருக்கிறான். ஏதோ ஹாஸ்யமாக ஷரதிந்து சொல்லிவிட்டதைப் போல் இருக்கிறது அவன் முகபாவம்.]

(பொறுமை இழந்த குரலில்) நான் உசிரோட இருக்கேனே!

சீதாநாத்: (சிநேக பாவத்துடன்) நீ ஏன் தற்கொலை செஞ்சுக்கலை. ஷரதிந்து?
ஷரதிந்து: (அதை வேகத்துடன் எதிர்த்து) ஏன் செஞ்சுக் கணும்?
சீதாநாத்: நீ ஏன் செஞ்சுக்க மாட்டே ஷரதிந்து?
ஷரதிந்து: நான்... எனக்குப் பொண்டாட்டி இருக்கா.
சீதாநாத்: எனக்கும்தான் பொண்டாட்டி இருந்தா.
ஷரதிந்து: எனக்கு ஃப்ரண்ட்ஸ் இருக்காங்க.
சீதாநாத்: எனக்கும்தான் இருந்தாங்க.
ஷரதிந்து: எனக்கு ஒரு உத்யோகம் இருக்கு. வேலை இருக்கு.
சீதாநாத்: எனக்கும்தான் உத்யோகம் இருந்தது. வேலை இருந்தது.
ஷரதிந்து: (கூச்சலாக) ஆனா நீ தற்கொலை செஞ்சுக் கிட்டே.

சீதாநாத்: *(சிநேக பாவத்துடன்)* ஆனா நீ தற்கொலை செஞ்சுக்கலை. ஏன் செஞ்சுக்கலை ஷரதிந்து?

ஷரதிந்து: *(கோபத்துடன் அதை மறுத்து)* எனக்கு உயிர் வாழ ஆசை. அதனாலே செஞ்சுக்கலை.

[சீதாநாத்தின் முகத்தில் சிரிப்பு மெல்லமெல்ல மறைகிறது. கண் பார்வையிலும் உதட்டின் சுழிப்பிலும் ஓர் ஆழ்ந்த வெறுப்பு மெல்லத் தோன்றுகிறது.]

(பலகீனமான குரலில்) எனக்கு உயிர் வாழ ஆசை...

சீதாநாத்: *(வெறுப்பு உச்சநிலையை அடைய)* பொய்யன்! சீட்! கோழை!

ஷரதிந்து: நான் கோழையா?

சீதாநாத்: *(கோபத்துடன் சத்தமாக)* வாயை மூடு!

[ஷரதிந்து அசைவற்றுப் போகிறான். சீதாநாத்தை ஏறிட்டுப் பார்க்கிறான்.]

நீ ஏன் தற்கொலை செய்துக்கலைன்னு நான் உன்னைக் கேட்டேன். உன்னாலே பதில் சொல்ல முடியலை.

[ஷரதிந்து சொல்ல வந்த மறுப்பு சீதாநாத்தின் சூடான பார்வையில் அடங்கிவிடுகிறது.]

நான் ஏன் தற்கொலை பண்ணிக்கிட்டேன்னு என்னைப் பாத்துக் கேக்கறே. பதில் சொல்றேன், கேளு. *[சீதாநாத் பதில் சொல்லத் தொடங்குகிறான். ஷரதிந்துவைப் பார்த்துப் பேசவில்லை. ஷரதிந்து அங்கே இருப்பது அவன் நினைவில் இல்லை போலிருக்கிறது. அவன் பார்வையாளர்களுக்குப் பதில் சொல்வதுபோல் இருக்கிறது.*

பல சமயங்களில் பார்வையாளர்களைத் தாண்டி வெளியே இருக்கும் பரந்த உலகத்திற்குப் பதில் சொல்வதுபோல் இருக்கிறது.]

பத்தொம்பது வயசிலே மெட்ரிக் பாஸ் பண்ணிட்டு காலேஜ்லே சேந்தேன். பத்தொம்பது வருஷத்துக்கு முன்னாலே.

ஷரதிந்து: பத்தொம்பது வருஷமா?

சீதாநாத்: (அதைக் காதில் வாங்கிக்கொள்ளாமல்) பத்தொம்பது வருஷத்துக்கு முன்னால இந்த உலகம் அழகா இருந்தது. மனுஷ வாழ்க்கையிலே உயிரோட்டம் இருந்தது. வாழ்க்கைக்கு மதிப்பு இருந்தது. பத்தொம்பது வருஷத்துக்கு முன்னாலே.

ஷரதிந்து: (சற்று இயந்திரத்தனமாக) பத்தொம்பது வருஷத்துக்கு முன்னாலேயா?

[ஷரதிந்துவின் எந்தப் பேச்சுமே சீதாநாத்தின் காதில் விழவில்லைபோல் தோன்றுகிறது. ஷரதிந்து சீதாநாத்தை உத்தேசித்துக் கேள்வி கேட்ட மாதிரி தோன்றவில்லை.]

சீதாநாத்: ஒரு வருஷத்துக்கப்பறம் எங்க அப்பா செத்துப் போனார். பதினெட்டு வருஷம் முன்னாலே. இந்த உலகங்கற வீட்டில மனுஷங்கற நானூறு கோடி ஜீவன்கள்ல ஒரு ஜீவன் செத்துப் போச்சு. எங்க அப்பா. பதினெட்டு வருஷம் முன்னாலே.

ஷரதிந்து: எங்க அப்பாவும் பதினெட்டு வருஷம் முன்னாலே செத்துப்போனார்.

சீதாநாத்: பதினெட்டு வருஷம் முன்னாலே. இன்னொருத்தனுக்கு உலகமே தலைகீழா புரண்டு போச்சு.

எனக்குத்தான். கவலையில்லாமே ஆனந்தமா இருந்த எனக்குக் கவலைகள். நிம்மதியும் ஓய்வும் இருந்த இடத்திலே கடுமையான உழைப்பு, முயற்சி. நிம்மதியான வாழ்க்கை தாறுமாறா ஆயிடிச்சு. வாழ்க்கையிலே இருந்த சுகங்களெல்லாம் போய் மனுஷனாகணுங்கற ஒரே எண்ணந்தான் மிஞ்சிச்சு. பதினெட்டு வருஷம் முன்னாலே

ஷரதிந்து: பதினெட்டு வருஷம் முன்னாலே...

சீதாநாத்: மனுஷனாகணும். மனுஷன். அப்ப மனுஷனாகணும்னா எழுதப்படிக்கக் கத்துக்கிட்டுப் பரிட்சை பாஸ் செய்யறதுன்னு எனக்கு எண்ணம். பாஸ் பண்ணிட்டுச் சொந்தக் கால்லே நிக்கறது. அதாவது ஏதாவது வேலைவெட்டி செய்யறது. அதாவது தன் சொந்த விருப்பு வெறுப்புகளைத் தியாகம் செஞ்சுட்டுச் சோத்துக்கும் துணிக்கும் வாழ்க்கையை நடத்தறது. அதுதான் என் முன்னாலே இருந்த ஒரே பிரச்சனை. அதான் எனக்கு ஒரே லட்சியமா இருந்தது. கஷ்டம், பஞ்சம், தரித்திரம், அவமானம் இதெல்லாத்தையும் எரிக்கிற ஒரே ஆயுதம் என் வேலைதான். அதுதான் என் வாழ்க்கையோட ஒரே அர்த்தமா இருந்தது.

ஷரதிந்து: எனக்குக்கூட இது ஒண்ணுதான் லட்சியம். பதினெட்டு வருஷம் முன்னாலே...

சீதாநாத்: இன்னும் ஒரு வருஷம் ஐ.ஏ. இன்னும் ரெண்டு வருஷம் பி.ஏ. இன்னும் ரெண்டு வருஷம் எம்.ஏ. காலேஜ். லைப்ரரி. கடன் வாங்கறது. கடனை அடைக்கறது. ஸ்டூடண்ஸ் ஸுக்குச் சொல்லித்தர்றது. ராத்திரி கண்

முழிச்சுப் படிக்கறது. பரிட்சை. இன்னும் கடன். மேலும் ஸ்டூடண்ஸ்ஸுக்குச் சொல்லித்தர்றது. ராத்திரி கண் முழிச்சுப் படிக்கறது. கடைசிப் பரிட்சை. எம்.ஏ. மனுஷனாறத்துக்குக் கடைசி ஸ்டெப். எம்.ஏ. இன்னிக்கிப் பதிமூணு வருஷம் முன்னாலே.

ஷரதிந்து: நானும் பதிமூணு வருஷம் முன்னாலே எம்.ஏ. பாஸ் பண்ணினேன்.

சீதாநாத்: கடைசிப் பரிட்சை. பரிட்சையின் முடிவு. மனுஷனாயிட்டேன். சொந்தக்கால்லே நிக்க ஆரம்பிச்சிட்டேன். வேலை கிடைச்சது. லட்சியம் நிறைவேறிடிச்சு. அஞ்சு வருஷமா என் வாழ்க்கையிலே எந்த லட்சியம் ஒரே அர்த்தமா இருந்ததோ அது நிறைவேறிடிச்சு. பதிமூணு வருஷம் முன்னாலே.

ஷரதிந்து: பதிமூணு வருஷம் முன்னாலே...

சீதாநாத்: பதிமூணு வருஷம் முன்னாலே வாழ்க்கையின் ஆரம்பம். அப்புறம் வாழ்க்கையின் முடிவு. மறுபடியும் வாழ்க்கைக்குப் புது அர்த்தம் தேடல். மறுபடியும் புது லட்சியம் தேடல். புது வாழ்க்கையின் ஆரம்பம். வரிசைவரிசையா ஸ்டூடண்ஸ் உக்காந்திருக்காங்க. வரிசைவரிசையா பெஞ்ச். பெஞ்சிலே வரிசைவரிசையா ஸ்டூடண்ஸ் .

ஷரதிந்து: நான்கூட காலேஜ்ல சொல்லித்தர்றேன். ஆச்சரியம்தான். பதிமூணு வருஷமாச் சொல்லித்தர்றேன்.

சீதாநாத்: பதிமூணு வருஷமா, கும்பல்கும்பலா ஸ்டூடண்ஸ் வரிசைவரிசையான பெஞ்சிலே வரிசைவரிசையா ஸ்டூடண்ஸ். ஒவ்வொரு நாளும். ஒவ்வொரு வருஷமும். ஒரே க்ளாஸ். ஒரே

லெக்சர். புதுமுகங்கள். பழைய முகங்கள். ஒவ் வொரு வருஷமும். ஒரு வருஷம். ரெண்டு வருஷம். கொணாவோட சந்திப்பு.

ஷரதிந்து: ரெண்டு வருஷமா?

சீதாநாத்: பதினொரு வருஷம் முன்னாலே கொணாவோட சந்திப்பு. ஸ்கூல் டீச்சர் கொணா.

ஷரதிந்து: ஸ்கூல் டீச்சரா? வசந்திகூட ஸ்கூல் டீச்சர்தான்.

சீதாநாத்: ஸ்கூல் டீச்சர் கொணா. வரிசைவரிசையா மாணவிங்க. வரிசைவரிசையா பெஞ்சிலே வரிசைவரிசையா மாணவிங்க. இனிமையான கொணா. ஒளி வீசுற கொணா. ஆவல் நிரம்பிய கொணா. ஜீவன் ததும்பற கொணா. வாழ்க்கையின் அர்த்தம் கொணா. புது வாழ்க்கையின் அர்த்தம் கொணா. ஸ்கூல் டீச்சர் கொணா. தோழி கொணா. பொண்டாட்டி கொணா.

ஷரதிந்து: வசந்தி! (எழுச்சியுடன்) இது... இதான் என்னோட கதை. வசந்தி!

[இவ்வளவு நேரத்திற்குப் பிறகு முதன்முதலாக ஷரதிந்துவின் குரல் சீதாநாத்தின் காதில் விழுகிறதுபோல் இருக்கிறது. மெல்ல ஷரதிந்து வின் பக்கம் திரும்பிப் பார்க்கிறான். ஆனால், அவன் காதில் ஷரதிந்துவின் குரலைத் தவிர வேறெதுவுமே விழாததுபோல் இருக்கிறது. சீதாநாத்தின் குரல் இப்போது முன்னைவிட வேகமாகிறது. ஷரதிந்துவின் கண்ணில் அவன் கண் பதிகிறது.]

சீதாநாத்: தோழி கொணா. பொண்டாட்டி கொணா. ஒவ்வொரு வருஷமும் பதினொரு வருஷம்.

வரிசைவரிசையா பெஞ்ச். வரிசைவரிசையா ஸ்டூடண்ஸ். கொணா! காலேஜ். கொணா! லெக்சர். கொணா! வாழ்க்கையின் புது அர்த்தம். உயிர் வாழறதுக்குப் புதுக் காரணம். கும்பல்கும்பலா ஸ்டூடண்ஸ். எத்தனையோ நிமிஷங்கள். மணிகள். மாசங்கள். வருஷங்கள். எத்தனையோ அர்த்தமில்லாமைக்கு நடுவிலே ஒரு அர்த்தம். கொணா.

ஷரதிந்து: வசந்தி!

சீதாநாத்: கொணா! பதினொரு வருஷமா எனக்குப் பொண்டாட்டியா இருந்த கொணா. இந்தப் பதினோரு வருஷத்து கும்பல்கும்பலா விநாடிகள், நிமிஷங்கள், மணிகளிலே-இந்தப் பதினோரு வருஷத்து அர்த்தமில்லாமையிலே மெல்லமெல்ல கொணா முழுகிப் போயிட்டா.

[சீதாநாத் மீண்டும் மறுபடியும் திரும்பிக் கொள்கிறான். அவனுடைய கடைசி வார்த்தைகள் வேகம் குறைந்து உயிரற்று இருக்கின்றன.]

ஷரதிந்து: (கூச்சலாக) இல்ல!!

சீதாநாத்: (உயிரற்ற குரலில்) கொணா முழுகிப் போயிட்டா. எத்தனை எத்தனையோ விநாடிகள், நிமிஷங்கள், மணி, நாள்களோட பழக்கத்திலே வாழ்க்கையின் புது அர்த்தம் முழுகிப் போயிடிச்சு.

ஷரதிந்து: ஒருநாளும் இல்ல. வசந்தி முழுகிப் போகலை.

[திடீரென்று கொணா வருகிறாள். படுக்கையறையிலிருந்து வருகிறாள். கையில் எலெக்ட்ரிசிட்டி பில்.]

கொணா: நீங்க நேத்துக்கூட எலெக்டிரிசிட்டி பில் கட்டலையா?

சீதாநாத்: ம்? அடடா! ஒரேயடியா மறந்துபோச்சு. சட்டைப் பையிலே வச்சிடேன்.

கொணா: சட்டைப் பையிலேதான் இருந்தது. நேத்திக்கு ஆபீசுக்குப் போறப்பக்கூட நினைவுபடுத்தினேனே!

சீதாநாத்: சனிக்கிழமை ரொம்பக் கூட்டமா இருக்கும். எலெக்டிரிசிட்டி பில் கட்டறது கஷ்டம். நாளைக்கு ஞாபகமாக் கட்டிடறேன். சரியா?

கொணா: நாளைக்குத்தான் லாஸ்ட் டேட். நாளைக்குக் கட்டலைன்னா 'ஃபைன்' கட்ட வேண்டி வரும்.

சீதாநாத்: இல்ல. இல்ல. நாளைக்குக் கண்டிப்பாக் கட்டிடறேன். திங்கக்கிழமை அடுத்தடுத்து ரெண்டு பீரியட் எனக்கு ஆஃப் உண்டு.

[கொணா பில்லை எடுத்துக்கொண்டு உள்ளே போகிறாள்.]

(முன்னைப் போலவே உயிரற்ற குரலில்) கொணா முழுகிப்போயிட்டா.

ஷரதிந்து: வசந்தி முழுகிப் போகலை! வசந்தி முழுகிப் போகலை!

சீதாநாத்: கொணா! கொணா: (உள்ளேயிருந்த படியே) என்ன?

சீதாநாத்: உள்ளே என்ன செஞ்சுகிட்டிருக்கே?

கொணா: ரூமைக் கிளின் பண்ணிக்கிட்டிருக்கேன்.

சீதாநாத்: அதை விட்டுட்டு இங்கே வா.

[கொணா வருகிறாள்.]

கொணா: என்ன ?

சீதாநாத்: இன்னிக்கி ஞாயிற்றுக்கிழமை.

கொணா: அது நீங்க சொல்லித்தான் தெரியணுமா?

சீதாநாத்: இன்னிக்கி என்ன செய்யலாம், சொல்லு.

கொணா: நீங்கதான் சொல்லுங்களேன்.

சீதாநாத்: வெளிலே போகலாமா? டிரெய்ன்லே போகலாமா?

கொணா: எங்கே போகலாம் சொல்லுங்க ?

சீதாநாத்: நீ சொல்ற இடத்துக்குப் போகலாம். டைமண்ட் ஹார்பர் போகலாமா?

கொணா: அத்தனை தூரமா? இன்னிக்கிக் கொசுவலை எல்லாத்தையும் தோய்க்கலாம்னு நினைச்சுக் கிட்டிருந்தேன்.

சீதாநாத்: அப்ப, மத்தியானம் சாப்பிட்ட பின்னாலே பக்கத்திலே எங்கேயாவது சுத்திட்டு வரலாம். பொட்டானிகல் கார்டன்ஸ் போகலாமா?

கொணா: போகலாம். ரொம்ப நாளா அங்கே போகவேயில்லை.

சீதாநாத்: பஸ் கூட்டத்தை நினைச்சா போகவே தோண மாட்டேங்குது.

கொணா: எனக்கும் அப்படித்தான் இருக்கு... பஸ்ஸிலே அங்கே போய்ச் சேரறத்துக்குள்ளே உயிர் போயிடுது.

சீதாநாத்: அப்ப, வேற எங்கே போகலாம் சொல்லு.

கொணா: சீக்கிரமே மணிபாபுவின் வீட்டுக்குப் போயிட்டு வரணும். அவங்க நம்ம வீட்டுக்கு ரெண்டு தடவை வந்திட்டாங்க.

சீதாநாத்: மணிபாபுவின் வீட்டுக்கா? இன்னிக்கே போகணுமா?

கொணா: போயிட்டு வந்தா தேவலாம்.

ஷரதிந்து: (எதிர்ப்புடன்) இல்ல. இல்ல. இதெல்லாம் பொய்.

[கொணா படுக்கையறைக்குத் திரும்பிச் சொல்கிறாள். ஷரதிந்துவின் பேச்சைக் கேட்கவும் இல்லை. அவன் பக்கம் திரும்பிப் பார்க்கவும் இல்லை.]

சீதாநாத்: உயிரோட்டம் ததும்பற கொணா. வாழ்க்கையின் உயிரோட்டமாயிருந்த கொணா வாழ்க்கையில் பழக்கமாயிட்டா. வாழ்க்கைத் துணையாயிருந்த கொணா பழக்கத்தின் துணையாயிட்டா.

ஷரதிந்து: (மூலையில் தள்ளப்பட்ட வேட்டை மிருகம் போல்) பொய்! நான் இதை ஏத்துக்க மாட்டேன்! நான் இதை ஏத்துக்க மாட்டேன்! வசந்தி ஒரு பழக்கமா ஆயிடலையே, வசந்திதான் வாழ்க்கை. வசந்தி வாழ்க்கையின் அர்த்தம்!

[கொணா வருகிறாள். கையில் நைலான் பை.]

கொணா: பை நல்லா இருக்கு இல்ல? என்னங்க. நீங்க நாளைக்கு எஸ்ப்ளனேட் போறீங்க இல்ல, இந்த மாதிரி ஒரு பை வாங்கிட்டு வாங்களேன்.

சீதாநாத்: நாளைக்கு நான் எங்கே எஸ்ப்ளனேட் போறேன்?

கொணா: எலெக்ட்ரிசிட்டி பில் கட்டப் போக வேண்டாமா?

சீதாநாத்: ஓ, மறந்தே போயிட்டேன். பாக்கறேன்.

கொணா: மண்ணாங்கட்டி! உங்க ஞாபகத்திலே ஏதாவது இருந்தாத்தானே?

[கொணா போகிறாள்.]

சீதாநாத்: (உயிரற்ற குரலில்) வாழ்க்கையின் அர்த்தம் பதினோரு வருஷ அர்த்தமில்லாமைலே மறைந்து போயிடுச்சு.

ஷரதிந்து: நான் ஒத்துக்க மாட்டேன்.

சீதாநாத்: பதினொரு வருஷம். பதினொரு நூற்றாண்டு. பதினொராயிரம் வருஷம். ஆயிரக் கணக்கான வருஷங்களின் அர்த்தமில்லாமையின் சரித்திரம். ஆயிரக் கணக்கான, கோடிக் கணக்கான மனிதர்களின், புழுக்களின் அர்த்தமில்லாத சரித்திரம்.

ஷரதிந்து: நான் ஒத்துக்க மாட்டேன்.

[சீதாநாத் மீண்டும் திரும்பி ஷரதிந்துவின் முகத்தை நேருக்கு நேர் பார்க்கிறான். அவன் முகம் மீண்டும் வெறுப்பினால் இறுகிப் போகிறது.]

சீதாநாத்: நீ ஒத்துக்க மாட்டே! ஷரதிந்து நாக் 'நான் ஒத்துக்க மாட்டேன்'னு சொல்றேன். கோடிக் கணக்கான புழுக்களிலே ஒரு புழு சொல்லுது - 'சரித்திரத்தை ஒத்துக்க மாட்டேன்'.

ஷரதிந்து: சரித்திரம் இது இல்ல .

சீதாநாத்: (சீண்டும் குரலில்) சரித்திரம் என்ன ஷரதிந்து? பரீட்சை பாஸ் செய்யறதை லட்சியமா வச்சுக் கறதா? உயிரோட்டமான, ஒளி வீசுற, ஆவல் ததும்பற பொண்டாட்டியின் உறவிலே நிம்மதியா இருக்கறதா?

ஷரதிந்து: (மரணக் கூச்சலுடன்) ஆமா, அதுதான்! ஆமா அதுதான்! ஆமா அதுதான்!

சீதாநாத்: (நோட்டைக் கையில் எடுத்துப் பார்த்து) அப்ப மீதிச் சரித்திரம்.

ஷரதிந்து: (பயத்துடன்) மீதிச் சரித்திரமா?

சீதாநாத்: ஆமா, மீதிச் சரித்திரம். பரீட்சை இல்ல. வேலை இல்ல. கொணா இல்ல. வசந்தி இல்ல. மீதிச் சரித்திரம். கலவரத்தோட சரித் திரம். மகா யுத்தத்தோட சரித்திரம். கோடிக் கணக்கான வருஷங்களா நடக்கற கொலை, கொள்ளை, அடக்குமுறை, பழிக்குப் பழி இதெல்லாம் உண்டாக்கின வேதனையோட சரித்திரம். கௌரவர்கள், பாண்டவர்கள், அலெக்ஸாண்டர், நீரோ, செங்கிஸ்கான், நெப்போலியன், ஹிட்லர் - இப்படிப்பட்ட வங்களோட சரித்திரம். பிரமிட்டோட கல்லு லேயும் கொலிஸியத்தின் மணலிலேயும் ஜாலி யன்வாலாபாக்கின் சுவத்திலேயும் ஹிரோஷி மாவின் எரிஞ்ச மணலிலேயும் எழுதி வச்சி ருக்கு. ஆயிரமாயிரம் வருஷத்து மீதிச் சரித்திரம்.

ஷரதிந்து: (கெஞ்சும் குரலில்) நான் அதுக்காக என்ன செய்ய முடியும்.

[சீதாநாத் சட்டென்று மௌனமாகிறான். நீண்ட நேரம் ஷரதிந்துவின் பக்கம் பார்க் கிறான். நோட்டை மெல்ல மேஜையின் மேல் வைக்கிறான். அதன் பிறகு வேறு பக்கம் திரும்பு கிறான். அவன் குரல் மீண்டும் சாந்தமாக ஆனால் உணர்ச்சியற்று இருக்கிறது.]

சீதாநாத்: இல்ல. உன்னாலே ஒண்ணும் பண்ண முடி யாது. என்னாலே ஒண்ணும் பண்ண முடியலை. யாராலேயும் எதுவும் பண்ண முடியாது. கொலையும் கொள்ளையும் யுத்தமும் நடந்து

கிட்டேதான் இருக்கும். எல்லாமே மனுஷங்க தான் செய்யறாங்க. இருந்தும் மனுஷங்களாலே இதையெல்லாம் நிறுத்த முடியாது. ரெண்டு வேளையும் நிம்மதியா சாப்பிடக் கிடைச்சா சந்தோஷப்படறவன்தான் மத்தவனோட வயத்திலே கத்தியைப் பாய்ச்சறான். எந்த விஞ் ஞானியாலே இந்த வேதனையைச் சகிக்க முடியலையோ அவனேதான் ஒரேயடியா லட்சம் பேரைக் கொல்லக்கூடிய கருவியைத் தயாரிக்கிறான். இவங்க எல்லாருமே மனுஷங்க தான் உன்னை மாதிரி. என்னை மாதிரி. இவங்க எல்லாரும் வாழ்க்கைக்கு ஏதோ ஒரு அர்த்தம் தேடிக் கண்டுபிடிச்சுக்கிட்டு உயிர் வாழறத் துக்கு முயற்சி செய்யறாங்க.

ஷரதிந்து: அப்படியும் உயிர் வாழறாங்களே!

சீதாநாத்: உயிர் வாழறதா நடிக்கறாங்க, அர்த்தமில்லா தப்போ வாழ்க்கையைப் பழக்கமாக்கிக்கிட்டு உயிர் வாழறதா நடிக்கறாங்க. நான் பண்ணிக் கிட்டிருந்தேனே அந்த மாதிரி. நீ இப்ப பண் ணிக்கிட்டிருக்கயே அந்த மாதிரி.

ஷரதிந்து: இல்ல, இந்த மாதிரி நடக்கறதில்லை. இந்த மாதிரி நடக்க முடியாது. சரித்திரத்துக்கு இன்னொரு முகம் இருக்கு. யுத்தத்துக்குப் பின் னாலே அமைதி இருக்கு. அடக்கு முறைக்குப் பின்னாலே அன்பு இருக்கு. நிச்சயமா இருக்கு. இல்லன்னா... இல்லன்னா எல்லாருமே தற் கொலை செஞ்சுக்கணும்.

[சீதாநாத் அமைதியாக சிரித்த முகத்துடன் ஷரதிந்துவின் பக்கம் திரும்புகிறான். அந்தச்

சிரிப்பைக் கண்டு பயந்த ஷரதிந்து நடுக்கத்துடன் பின்வாங்குகிறான்.]

நீ ஏன் தற்கொலை செஞ்சுகிட்டே?

[சீதாநாத் பதில் சொல்லாமல் சிரித்தபடி பார்த்துக்கொண்டிருக்கிறான்.]

(பலவீனமான குரலில்) உயிர் வாழ்ந்தா என்ன குறைஞ்சிடும்? மத்தவங்களைப் போல உயிர் வாழ்ந்தா என்னவாயிடும்?

சீதாநாத்: மனுஷன் உயிர் வாழ்வான், இல்லாட்டா செத்துப்போவான்.

ஷரதிந்து: (கிட்டத்தட்ட கடைசி முறையாக முயற்சி செய்து) ஆனா மத்த எல்லாரும்?

சீதாநாத்: (அமைதியுடனும் பொறுமையுடனும்) மத்தவங்களாலே முடியும் ஷரதிந்து. வாழவும் வாழாமே சாகவும் சாகாமே இருக்க முடியும்.

ஷரதிந்து: அவங்களாலே மட்டும் எப்படி முடியும்?

சீதாநாத்: நம்பிக்கையிலேதான்?

ஷரதிந்து: நம்பிக்கையிலேயா?

சீதாநாத்: வாழ்க்கையின் அர்த்தம் நிறைவேறிடிச்சுன்னா ஒருநாள் மறுபடியும் அர்த்தம் வரும்னு நினைக்கிறாங்க. உயிர் வாழறது முடிஞ்சிடுச்சுன்னா ஒருநாள் தொடங்கும்னு நினைக்கிறாங்க. அவங்களுக்கு நம்பிக்கை இருக்கு.

ஷரதிந்து: உனக்கு நம்பிக்கை இருக்கலையா?

சீதாநாத்: இல்ல. எனக்கு நம்பிக்கை இருக்கலை. என்னோட கடந்த காலம், நிகழ்காலம், எதிர்காலம் எல்லாம் குழம்பிக் கலந்து ஒண்ணாயிடிச்சு.

ஷரதிந்து: *(அடங்கிய பெருமூச்சுடன்)* என்னோடது?
(சீதாநாத் பதில் பேசவில்லை.) சொல்லு. என்னோடது?

சீதாநாத்: *(பதில் சொல்லாமல் மறுபக்கம் நடந்தபடியே.)* இன்னிக்கி முழுக்க நீங்க ரெண்டு பேரும் என்னோட தற்கொலைக்குக் காரணத்தைக் கற்பனை செஞ்சே நேரத்தைக் கழிச்சிட்டீங்க. இல்ல?

ஷரதிந்து: *(தனக்குள் சொல்லிக்கொள்வதுபோல்)* ஆமா, கற்பனை.

சீதாநாத்: *(திரும்பி நின்று)* கற்பனை பண்ணினபோது உண்மையான காரணம் தெரியலையா ஷரதிந்து.

ஷரதிந்து: *(மெல்ல)* தெரிஞ்சிருக்கலாம், இப்ப தோணுது தெரிஞ்சிருக்கலாம்னு.

சீதாநாத்: *(சிநேக பாவத்துடன்)* நீ ஏன் தற்கொலை செஞ்சுக்கலை ஷரதிந்து.

[ஷரதிந்துவுக்குக் காதில் விழவில்லை. அவன் ஆழ்ந்த சிந்தனையில் மூழ்கி இருப்பதுபோல் இருக்கிறது.]

நீ ஏன் தற்கொலை செஞ்சுக்கலை ஷரதிந்து?

[ஷரதிந்து திரும்புகிறான். அறையின் மறு பக்கம் மெல்லப் போகிறான். நிற்கிறான். பிறகு களைப்புடன் சீதாநாத்தின் பக்கம் திரும்புகிறான்.]

ஷரதிந்து: நீ போ ஷரதிந்து.

சீதாநாத்: நான் சீதாநாத்.

ஷரதிந்து: நீ போ சீதாநாத்.

[சீதாநாத் போகிறான். இருளில் மறைந்து போகிறான். ஷரதிந்து அசைவற்று நிற்கிறான். மேஜை விளக்கின் சுருட்டி வைக்கப்பட்ட ஒயர் கண்ணில் படுகிறது. ப்ளக்கை எடுத்துவிட்டு ஒயரைக் கையில் வைத்துக் கொள்கிறான். விளக்கு அணைந்துபோகிறது. ஒரு முறை விட்டத்தைப் பார்க்கிறான். சுருளை மெல்லமெல்லப் பிரிக்கிறான். ஒயர் மிகவும் நீளம். ஒயர் ஓரிடத்தில் சுருட்டிக்கொண்டிருப்பதால் சுருக்குக் கயிறுபோல் இருக்கிறது. வாயிற் கதவை யாரோ தட்டுகிறார்கள். ஷரதிந்து திடுக்கிட்டுக் கையிலிருக்கும் ஒயரை விசிறி எறிகிறான். மீண்டும் கதவைத் தட்டும் ஓசை. கூடவே வாசுதேவனின் குரல்: 'ஷரதிந்து அண்ணா', ஷரதிந்து கதவைத் திறக்கிறான். வாசுதேவன் உள்ளே வருகிறான். கல்யாண வீட்டிலிருந்து வருகிறான் என்பது அவன் உடையிலிருந்து தெரிகிறது. முகத்தில் சந்தோஷம் பொங்குகிறது.]

வாசுதேவன்: கங்கிராஜுலேஷன்ஸ் ஷரதிந்து அண்ணா! எனக்கு என்ன சாப்பிடறத்துக்குக் கொடுக்கப் போறீங்க?

ஷரதிந்து: என்ன விஷயம்; நீ... இந்த ராத்திரி வேளையிலே...

வாசுதேவன்: பொறுத்துக்க முடியலை ஷரதிந்து அண்ணா. விஷயத்தை உங்ககிட்ட சொல்லாம வீட்டுக்குப் போக முடியலை. கல்யாண வீட்டிலேர்ந்து நேரா இங்கே வந்துட்டேன்.

ஷரதிந்து:	விஷயமா? என்ன விஷயம்?
வாசுதேவன்:	உங்க ஹரே கிருஷ்ணன் நிஜமாவே போறார். லெட்டர் கொடுத்திட்டாராம்.
ஷரதிந்து:	என்ன?
வாசுதேவன்:	பிரின்சிபலே சொன்னார். எல்லாருக்கும் தெரியும். பவதோஷ் மித்திரின் வீட்டிலே தான் சொன்னார். ஹரே கிருஷ்ணன்கூட அங்கே இருந்தார்.
ஷரதிந்து:	(இப்போதுதான் புரிந்ததுபோல) ஹரே கிருஷ்ணன் போயிடப் போறாரா?
வாசுதேவன்:	ஆமா. நிச்சயமாயிடிச்சு. ஒரு மாசத்துக் குள்ளே நீங்க அஸிஸ்டெண்ட் புரொபசராயிடுவீங்க. அண்ணி எங்கே? அண்ணி! அண்ணி!
வசந்தி:	(உள்ளேயிருந்து) யாரு?
வாசுதேவன்:	(உரத்த குரலில்) நீங்க தூங்கறீங்களா? ஷரதிந்து அண்ணா அஸிஸ்டெண்ட் புரொ பசராயிட்டார். நீங்களானா விழுந்து விழுந்து தூங்கறீங்களே!
	[வசந்தி வருகிறாள். தூக்கத்திலிருந்து எழுந்து வந்திருக்கிறாள். தலையும் ஆடையும் கலைந் திருக்கின்றன.]
வசந்தி:	என்ன விஷயம்?
வாசுதேவன்:	சீக்கிரம் டீக்குத் தண்ணி வையுங்க. சாப் பாடு அப்புறம் போடுங்க. முதல்லே டீ கொடுங்க.
ஷரதிந்து:	ஹரே கிருஷ்ணன் போகப் போறாராமா?

வாசுதேவன்: இப்பக்கூட உங்களுக்கு நம்பிக்கை இல்லையா?

வசந்தி: அப்படின்னா நீங்க ....

வாசுதேவன்: ஒரு மாசத்திலே இவர் அஸிஸ்டெண்ட் புரொபசர்.

வசந்தி: நிஜமாவா?

[வசந்தியின் முகம் ஒளி பெறுகிறது. வாசுதேவன் பூரிப்படைகிறான். ஷரதிந்துவின் முகத்தில் சிரிப்பு தோன்றுகிறது.]

ஷரதிந்து: அப்ப, ஹரே கிருஷ்ணன் போறது நிச்சயந்தானா?

வாசுதேவன்: அட, அதனாலேதானே என்னாலே வீட்டுக்குப் போக முடியலை. சேதியை எடுத்துக்கிட்டுக் கல்யாண வீட்டிலேர்ந்து நேரா இங்கே ஓடி வர்றேன். அண்ணி சீக்கிரம் டீ போடுங்க.

வசந்தி: இன்னிக்கு நிஜமாவே உங்களுக்கு ஒரு பக்கெட் நிறைய டீ கொடுக்கப் போறேன்.

[வசந்தி சமையலறைக்கு ஓடுகிறாள். சமையலறையின் விளக்கு எரிகிறது. ஷரதிந்து அப்போதும் தன் சுயநிலைக்கு வரவில்லை போல் தோன்றுகிறது.]

வாசுதேவன்: என்ன விஷயம் ஷரதிந்து அண்ணா? நீங்க ஏன் டல்லாயிருக்கீங்க? எத்தனை பெரிய விஷயம் இது?

ஷரதிந்து: ம்? (உடம்பை உதறிக்கொண்டு) இல்ல. இல்ல. டல்லா என்னத்துக்கு இருக்கணும்?

மீதிச் சரித்திரம் / 139

வாசுதேவா: நீ என்னைக் காப்பாத்திட்டே. பெரிய சேதி கொண்டு வந்திருக்கே, எவ்வளவு சந்தோஷ மான சேதி!

[மேஜை விளக்கின் ஒயரை எடுத்து உறுதி யான கைகளால் ப்ளக்கில் சொருகுகிறான். விளக்கு எரிகிறது.]

என்னைக் காப்பாத்திட்டே நீ.

[வசந்தி வருகிறாள்.]

வசந்தி: ஹீட்டர் எரியலை. என்ன செய்யறது?

ஷரதிந்து: (ஏறத்தாழ கூச்சலாக) எரியலையா? காகி தத்தை எரிய விட்டு டீ போடு. இந்தா காகிதம்.

[தான் கதை எழுதிய காகிதங்களை வசந்தி யின் கையில் திணிக்கிறான்.]

இதோ இருக்கு காகிதம். இதை எடுத் துக்கோ. இதைக் கொளுத்தி டீ போடு.

வசந்தி: என்ன இது? இது உங்க...

ஷரதிந்து: ஆமா. ஆமா. இதெல்லாத்தையும் கொளுத்து. இதெல்லாம் பிரயோசனம் இல்ல. எந்தப் பிரயோசனமும் இல்ல.

[குழப்பத்துடன் நின்றிருந்த வசந்தியைக் கிட்டத்தட்ட சமையலறைக்குள் தள்ளு கிறான். திரும்பி மகிழ்ச்சியாக நிச்சிந்தை யுடன் வருகிறான். இந்த மகிழ்ச்சி சவுக் கடியால் உசுப்பப்பட்ட மகிழ்ச்சிபோல் இருக்கிறது.]

வாசுதேவன்: (சிறிது குழப்பத்துடன்) உங்களுக்கு ஏதோ குழப்பம் இருக்குபோல.

ஷரதிந்து: *குழப்பமா? ஆமா. வாசுதேவா, குழம்பறது தான். அவசியம். வேலையும் ப்ரமோஷனும் வச்சுக்கிட்டு பைத்தியம் பிடிச்சு அலையறது அவசியம். உயிர் வாழறத்துக்கு இதைத் தவிர வேற வழியே இல்ல. இதைத் தவிர...*

[ஆனால் ஷரதிந்துவின் பார்வை செய்தி நறுக்குகள் ஒட்டப்பட்டுள்ள நோட்டில் விழுகிறது. சட்டென்று கல்லாய்ச் சமைகிறான் அவன்.]

வாசுதேவன்: என்னவாச்சு ஷரதிந்து அண்ணா?

[ஷரதிந்து நடுங்கும் கைகளுடன் நோட்டை எடுக்கிறான். அதைச் சற்றுத் தள்ளிப் பிடித்துக்கொள்கிறான். ஒரு முறை அதைப் பிரிப்பதற்கு முயற்சி செய்கிறான். முடியவில்லை.] ஷரதிந்து அண்ணா!

[ஷரதிந்து நோட்டை வாசுதேவனின் கையில் கொடுக்கிறான். அவன் கண்களில் பயக் களை.]

ஷரதிந்து: (உடைந்த குரலில்) வாசுதேவா, நோட்டைப் பிரிச்சுப் பாரு. பாரு அதுக்குள்ளே என்ன இருக்குன்னு.

வாசுதேவன்: ஏன்? என்ன?

[ஷரதிந்து வேறு பக்கம் திரும்பிக்கொண்டு நாற்காலியின் முதுகில் சாய்ந்து கொள்கிறான்.]

ஷரதிந்து: என்ன? அதிலே என்ன இருக்கு?
வாசுதேவன்: இதெல்லாம் நியூஸ் பேப்பர் கட்டிங்ஸ்.
ஷரதிந்து: *(மூச்சை அடக்கிக்கொண்டு)* கட்டிங்ஸ்ஸா? எல்லாமே கட்டிங்ஸ்ஸா? படம் இல்ல?

வாசுதேவன்: படம் இல்லையே. இதெல்லாம் எடிட்டோரியல் கட்டிங்ஸ்.

ஷரதிந்து: நல்லா பாரு வாசுதேவா. ஒரு படம்கூட இல்ல?

வாசுதேவன்: (பக்கங்களைத் திருப்பிக்கொண்டே) எங்கே? ஒரு படம்கூடக் கண்ணிலே படலையே. உங்களுக்கு என்னவாச்சு?

ஷரதிந்து: (தெளிவற்ற குரலில்) மீதிச் சரித்திரம்!

வாசுதேவன்: என்ன சரித்திரம் ?

[ஷரதிந்து திரும்புகிறான். அவன் முகத்தில் களைப்பு நிச்சிந்தையின் காரணமாகவும் மீதிச் சரித்திரத்தின் நினைவின் காரண மாகவும்.]

ஷரதிந்து: இல்ல. ஒண்ணும் இல்ல வாசுதேவா. ஒரு கெட்ட சொப்பனம் கண்டேன். நீ வர்ற துக்குக் கொஞ்சம் முன்னாலே.

[அந்தக் கெட்ட கனவு திரும்பி வருவது போல் இருக்கிறது. ஷரதிந்து அந்தக் கெட்ட கனவை ஒதுக்குவதற்கு உயிரைக் கொடுத்து முயற்சி செய்கிறான். அவன் கண் களிலிலிருந்து நிச்சிந்தை அகலுகிறது.]

ஒரு கெட்ட சொப்பனம்! கெட்ட சொப் பனம். ஒரு அர்த்தமில்லாத சொப்பனம். மட்டமான சொப்பனம். அத்தனையும் பொய்!

[ஷரதிந்துவின் குரல் உயருகிறது. வசந்தி கவலையுடன் சமையலறையிலிருந்து வருகி றாள். வாசுதேவன் கவலையடைகிறான்.]

வாசுதேவன்: என்ன கெட்ட சொப்பனம்?

[ஷரதிந்து இரண்டு கைகளாலும் தலையைக் கெட்டியாகப் பிடித்துக்கொண்டு உட்கார்ந்திருக்கிறான். அவன் உடம்பு வேதனையில் விறைத்துக் கொள்கிறது. மீதிச் சரித்திரத்தை நினைவில் சுமந்து கொண்டு மீதி வாழ்க்கையைக் கழிக்க வேண்டிய வேதனை.]

ஷரதிந்து: சரித்திரம் வாசுதேவா! மீதிச் சரித்திரம்! மீதிச் சரித்திரம்!